പുസ്തകം 17

ബാരിസ്റ്റർ ജി പി പിള്ള

barister g p pilla

•

p g thomas

•

first edition
august 2016

•

second edition
january 2018

•

third edition
march 2020

•

typesetting & published
chintha publishers, thiruvananthapuram

•

•

cover
vinod

•

Distribution
DESHABHIMANI BOOK HOUSE
H O Thiruvananthapuram 695035
phone: 0471-2303026, 6063026
Email: chinthapublishers@gmail.com
Website: www.chinthapublishers.com

Branch

Head Office Kunnukuzhi • Statue Thiruvananthapuram • KSRTC Bus
Station Alappuzha • KSRTC Bus Station Ernakulam • Machingal Lane
Thrissur • IG Road Kozhikode • Mavoor Road Kozhikode • NGO
Union Building Kannur • Central Bus Terminal Complex Thavakkara Kannur

CR - NS 17 / 2247 / 5314
ISBN - 978-93-86112-76-7

ബാരിസ്റ്റർ ജി പി പിള്ള

പി ജി തോമസ്

ചിന്ത പബ്ലിഷേഴ്സ്
തിരുവനന്തപുരം-695 035

പി ജി തോമസ്

കോട്ടയം സി എം എസ് കോളേജിൽനിന്നും ഇംഗ്ലീഷ് സാഹിത്യത്തിൽ ബിരുദം സമ്പാദിച്ചു. കെൽട്രോണിൽ ഉദ്യോഗസ്ഥനായിരുന്നു. ഇപ്പോൾ ചരിത്രത്തിൽ ഗവേ ഷണം ചെയ്യുന്നു.

ഭാര്യ   : എലിസബത്ത്
മക്കൾ   : ആശിഷ്, സുപ്രിയ
വിലാസം   : പുളിക്കാട്ടുമഠത്തിൽ
T C/IX/1902(i)
കരിയം–ഇടവക്കോട് റോഡ്
ശ്രീകാര്യം പി ഒ
തിരുവനന്തപുരം 17.
മൊബൈൽ : 9847194792

ഉള്ളടക്കം

ബാരിസ്റ്റർ ജി പി പിള്ള
(1864 - 1903)

പ്രസാധകക്കുറിപ്പ്

ഇന്നത്തെ കേരളം ഒരു സുപ്രഭാതത്തിൽ ഉണ്ടായതല്ല. സഹസ്രാ ബ്ദങ്ങളുടെ ചരിത്രമുണ്ട് അതിന്. ഇരുപതാം നൂറ്റാണ്ടിന്റെ പകുതിവരെ ജന്മിനാടുവാഴിത്തത്തിന്റെ അധീശത്വവും അധികാരവുമാണ് കേരളത്തി ലുണ്ടായിരുന്നത്. വ്യവസായവല്ക്കരണവും യുക്തിചിന്തയും കേരളീയ ജീവിതത്തിൽ വിവിധകാലങ്ങളിൽ ഗണനീയമായ പരിവർത്തനമുണ്ടാ ക്കിയിട്ടുണ്ട്. വിദേശീയരുമായുള്ള കേരളീയരുടെ സമ്പർക്കം ആരംഭിച്ചത് ആയിരക്കണക്കിന് വർഷങ്ങൾക്കുമുമ്പാണ്. കേരളത്തിന്റെ സുഗന്ധദ്രവ്യ ങ്ങൾക്കുവേണ്ടിയുള്ള മത്സരം യൂറോപ്യന്മാരുടെ ഭൂപരമായ കണ്ടെത്ത ലുകൾക്ക് കാരണമായിരുന്നു. ബി സി 3000 മുതൽ സുഗന്ധദ്രവ്യങ്ങൾക്കു വേണ്ടിയുള്ള ഈ പര്യവേക്ഷണങ്ങൾ ആരംഭിച്ചിരിക്കണം. സഹ്യപർവ്വ തത്തിന്റെ പടിഞ്ഞാറുഭാഗത്തായി മലനിരകളും ഇടനാടും സമതലവും ചേർന്ന ഈ പ്രദേശം എക്കാലത്തും വ്യത്യസ്തമായ ഒരു പ്രദേശമായി രുന്നു. നാനാജാതിമതങ്ങൾക്ക് താവളവും അഭയവുമായിരുന്നു കേരളം.

ആധുനിക കേരളത്തിന്റെ ഭാവരൂപങ്ങൾ രൂപപ്പെടുത്തിയ അനേകം മഹാവ്യക്തിത്വങ്ങളുണ്ട്. അവർ ജീവിച്ച കാലഘട്ടവുമായി സംഘർഷത്തി ലേർപ്പെട്ട് ഉയർന്നുവന്നവരാണവർ. അവരിൽ ഭരണാധികാരികളുണ്ട്, കലാ കാരന്മാരുണ്ട്, സാഹിത്യകാരന്മാരുണ്ട്, ദാർശനികരും രാഷ്ട്രമീമാംസക്കാ രുമുണ്ട്.

ഒരു കാര്യം സുവ്യക്തമാണ്. ഇന്ത്യാ രാജ്യത്തിന്റെ ഏറ്റവും തെക്കേ അറ്റത്തുള്ള ഈ ഭൂപ്രദേശം നീതിമാന്മാരെ വരിക്കാൻ എല്ലായ്പ്പോഴും സന്നദ്ധമായിട്ടുണ്ട്. മഹാബലിയെ സ്വന്തം രാജാവായി വരിക്കാൻ മലയാ ളദേശം സന്നദ്ധമായെന്ന കഥ തീർച്ചയായും നീതിമാന്മാരെ അംഗീകരി ക്കുന്ന ഒരു ജനസംസ്കാരത്തിൽ നിന്നുള്ള ഉപലബ്ധിയാണ്. നീതിക്കു വേണ്ടിയുള്ള ഈ ദാഹത്തിൽ നിന്നാണ് കേരളം വിദേശവാഴ്ചക്കെതിരെ

ആയുധമെടുത്തത്, പിന്നീട് സ്വന്തം മനസ്സുകളുടെ ഇരുൾക്കയങ്ങളിലേക്ക് നൂതനചിന്തയുടെയും, സമരത്തിന്റെയും പ്രകാശരശ്മികൾ ഏറ്റുവാങ്ങി യത്. നവോത്ഥാനത്തിലേക്ക് കേരളം നയിക്കപ്പെട്ടത് ഇങ്ങനെയാണ്.

ഇരുപതാം നൂറ്റാണ്ടിലെ കേരളം തിളച്ചുമറിയുന്ന ഒരു പാത്രം പോലെ യായിരുന്നു. രാഷ്ട്രീയമുന്നേറ്റങ്ങളും പോരാട്ടങ്ങളും കേരളീയ ജീവിത ത്തിന്റെ സ്വാഭാവികമായ അവസ്ഥയായി മാറി. പഴമയുടെ കാവൽക്കാ രായ നാടുവാഴി–ഭൂപ്രഭുവർഗ്ഗത്തിനെതിരെ മാനസികവും ഭൗതികവുമായ പോരാട്ടങ്ങളുണ്ടായി. ഇത് കേരളീയരുടെ ഭൗതിക ജീവിതത്തെ മാത്രമ ല്ല, മാനസിക ജീവിതത്തെയും മാറ്റിമറിച്ചു. കവിതയിലും (സാമാന്യമായി സാഹിത്യത്തിലും) ചിന്തയിലും രാഷ്ട്രീയ പ്രവർത്തനത്തിലുമെല്ലാം ഈ മാറ്റം പ്രകടമായിരുന്നു.

ഈ പരിവർത്തനങ്ങൾക്ക് രൂപംനല്കിയവരെയാണ് 'നവകേരള ശില്പികൾ' എന്ന പരമ്പരയിലൂടെ ചിന്ത പരിചയപ്പെടുത്തുന്നത്. നമ്മുടെ അറിവും ഉറവും നിർണ്ണയിക്കുന്നതിൽ നവകേരള ശില്പികൾ വലിയ പങ്കു വഹിച്ചു. അവരുടെ ചരിത്രം അറിയുന്നത് കേരളീയ ജീവിതം മുന്നോട്ടു കൊണ്ടുപോവുന്നതിനുള്ള ഒരു മുന്നുപാധിയാണ്. നവകേരള ശില്പി കൾ എന്ന പരമ്പരയിലെ ഓരോ പുസ്തകവും ഈ ദൗത്യം നിർവ്വഹി ക്കുന്നുണ്ട്.

ശ്രീ. പ്രദീപ് പനങ്ങാടാണ് ഈ പരമ്പരയുടെ എഡിറ്റർ. അദ്ദേഹ ത്തിനും പരമ്പരയിലേക്ക് പുസ്തകങ്ങൾ തയ്യാറാക്കുന്ന എഴുത്തുകാർക്കും ചിന്ത പബ്ലിഷേഴ്സ് കൃതജ്ഞത അറിയിക്കുന്നു. *ബാരിസ്റ്റർ ജി പി പിള്ള* എന്ന ഈ ഗ്രന്ഥത്തിന്റെ രണ്ടാം പതിപ്പ് സസന്തോഷം പുറത്തിറക്കുന്നു.

ചിന്ത പബ്ലിഷേഴ്സ്

ജി പി പിള്ള ചരിത്രത്തിലെ
ആദ്യപഥികൻ

ഇന്ത്യൻ ദേശീയ പ്രസ്ഥാനത്തിന് കേരളം നല്കിയ വലിയ സംഭാ വനകളിലൊന്നാണ് ജി പരമേശ്വരൻപിള്ള എന്ന ജി പി പിള്ള. സാമൂ ഹികവും രാഷ്ട്രീയവുമായ വ്യത്യസ്ത ജീവിതമുഖങ്ങളാണ് ജി പി പിള്ളയ്ക്ക് ഉണ്ടായിരുന്നത്. സമുദായ പരിഷ്കർത്താവ്, രാഷ്ട്രീയ പ്രക്ഷോ ഭകൻ, പത്രപ്രവർത്തകൻ എന്നിങ്ങനെയുള്ള വിഭിന്ന ജീവിതപന്ഥാവുക ളിലൂടെയാണ് അദ്ദേഹം സഞ്ചരിച്ചത്. സമൂഹത്തിന്റെ സവിശേഷ പുരോ ഗതിയും രാജ്യത്തിന്റെ രാഷ്ട്രീയ സ്വാതന്ത്ര്യവുമാണ് ജി പി ആഗ്രഹിച്ച ത്. ആ ലക്ഷ്യങ്ങൾക്കുവേണ്ടി തികഞ്ഞ പ്രതിബദ്ധതയോടെയും ഇച്ഛാശ ക്തിയോടെയും പ്രവർത്തിച്ചു. കേരളത്തിലുണ്ടായ നിരവധി രാഷ്ട്രീയ സാമൂ ഹിക വിപ്ലവങ്ങൾക്ക് തുടക്കംകുറിച്ചത് ജി പി പിള്ളയായിരുന്നു.

തിരുവിതാംകൂറിൽ ജനാധിപത്യഭരണ സംവിധാനത്തിനുവേണ്ടി യുള്ള ആദ്യ സമരമുഖം തുറന്നത് ജി പി പിള്ളയാണ്. രാജ്യാധികാര ത്തോട് സന്ധിയില്ലാത്ത സമരം ചെയ്യാനും പൗരന്റെ അവകാശങ്ങളെ ക്കുറിച്ച് ജനങ്ങളെ ബോധവാന്മാരാക്കാനും ശ്രമിച്ചു. പരദേശി ബ്രാഹ്മണ രുടെ ആധിപത്യത്തിൽനിന്നും തിരുവിതാംകൂറിന്റെ ഭരണ സംവിധാനത്തെ മോചിപ്പിക്കാൻ പ്രവർത്തിച്ചു. നിരവധി പ്രതിസന്ധികളിലൂടെയും ക്ലേശ ങ്ങളിലൂടെയുമാണ് ജി പി പിള്ളയുടെ ജീവിതം കടന്നുപോയത്. ജി പി ആവിഷ്കരിച്ച മലയാളി മെമ്മോറിയൽ തിരുവിതാംകൂറിന്റെ ചരിത്രത്തിലെ ഒരു രജതരേഖയാണ്. അത് നിരവധി പുതിയ പ്രക്ഷോഭണങ്ങൾക്ക് നാന്ദി കുറിച്ചു. ഒരു സമുദായത്തിന്റെ ഉൽക്കർഷം എന്നതിലുപരി ഒരു ജനത യുടെ ആത്മാഭിമാനത്തെ ഉയർത്തിപ്പിടിക്കാനുള്ള ശ്രമമാണ് മലയാളി മെമ്മോറിയലിലൂടെ അദ്ദേഹം നടത്തിയത്. ജി പി ആരംഭിച്ച ജനകീയ പ്രക്ഷോഭണത്തിന്റെ പ്രകാശവും ഊർജ്ജവും തിരുവിതാംകൂറിൽ നടന്ന സ്വാതന്ത്ര്യ സമര പ്രവർത്തനങ്ങളിൽ വലിയ സ്വാധീനം ചെലുത്തി.

ഇന്ത്യൻ പത്രപ്രവർത്തനത്തിന്റെ ആദ്യപഥികരിലൊരാളായിരുന്നു ജി പി പിള്ള. രാഷ്ട്രീയത്തിന്റെ കടമകളെക്കുറിച്ചും, സ്വാതന്ത്ര്യത്തിന്റെ പുതിയ ലക്ഷ്യങ്ങളെക്കുറിച്ചും, ജനാധിപത്യത്തിന്റെ നവീന ആശയങ്ങ ളെക്കുറിച്ചും തന്റെ കാഴ്ചപ്പാടുകൾ അവതരിപ്പിക്കാൻ വേണ്ടിയാണ് പത്ര ങ്ങൾ തുടങ്ങിയത്. ഇന്ത്യൻ സ്വാതന്ത്ര്യ സമരചരിത്രത്തിൽ ആ മാധ്യമ ങ്ങൾക്ക് വലിയ പ്രസക്തിയുണ്ട്. ചരിത്രപഠനങ്ങൾക്കും വിശകലന ങ്ങൾക്കും ഇത് വലിയ സംഭാവനകളാണ് നല്കിയത്. സ്വദേശാഭിമാനി രാമകൃഷ്ണപിള്ളയ്ക്കു മുമ്പ് പത്രപ്രവർത്തന രംഗത്ത് വന്നത് ജി പി പിള്ളയായിരുന്നു.

മലയാളിയായ ആദ്യത്തെ സഞ്ചാരസാഹിത്യകാരന്മാരിൽ ഒരാളാണ് ജി പി പിള്ള. *ലണ്ടനും പാരീസും* എന്ന ഒറ്റ ഗ്രന്ഥംകൊണ്ട് തന്നെ സഞ്ചാര സാഹിത്യ ചരിത്രത്തിൽ സ്ഥാനം നേടി. ഒരു യാത്രാവിവരണ ഗ്രന്ഥം എന്നതിനേക്കാൾ ഒരു ചരിത്രരേഖ കൂടിയാണത്. ഇത്തരം വിപു ലമായ ജീവിത രേഖകളുള്ള ജി പി പിള്ളയെ മലയാളികൾ വേണ്ടവിധം പരിഗണിച്ചോ എന്നത് സംശയകരമാണ്. ദേശീയതലത്തിൽ ശ്രദ്ധ ആകർഷിച്ച ആദ്യത്തെ മലയാളികളിൽ ഒരാൾ എന്ന അംഗീകാരം ലഭി ച്ചിരുന്നോ എന്നതും ചിന്തിക്കേണ്ടതാണ്.

നവകേരള ശില്പികൾ എന്ന ജീവചരിത്രപരമ്പരയിലൂടെ ജി പി പിള്ളയെക്കുറിച്ചുള്ള ഈ പുസ്തകം അവതരിപ്പിക്കുന്നതിൽ സന്തോഷ മുണ്ട്. ആ വലിയ ജീവിതത്തെ വീണ്ടും കണ്ടെത്താനുള്ള അവസരമാണ് ഒരുക്കുന്നത്. ജി പി പിള്ള എന്ന വ്യക്തിത്വത്തെ സമഗ്രമായിത്തന്നെ ഗ്രന്ഥ കർത്താവ് പി ജി തോമസ് അവതരിപ്പിക്കുന്നു. ജീവചരിത്രം എന്നതിലു പരി ചരിത്രപരിണാമങ്ങൾക്കൂടി ഇതിൽ നിഴലിക്കുന്നു. ജി പി പിള്ളയെക്കുറിച്ചുള്ള പുതിയ പഠനങ്ങൾക്കും അന്വേഷണങ്ങൾക്കും ഇത് വഴികാട്ടിയാവുമെന്ന് കരുതുന്നു.

പ്രദീപ് പനങ്ങാട്
എഡിറ്റർ
നവകേരള ശില്പികൾ
ജീവചരിത്ര പരമ്പര

1

ജി പി പിള്ളയും കാലവും

ഭാഷകൊണ്ടും സംസ്കാരംകൊണ്ടും കൂട്ടി ഇണക്കപ്പെട്ടിരുന്നുവെ ങ്കിലും 19-ാം നൂറ്റാണ്ടിൽ കേരളം തിരുവിതാംകൂർ, കൊച്ചി, മലബാർ എന്നി ങ്ങനെ മൂന്നായി വിഭജിക്കപ്പെട്ടിരുന്നു. മലബാർ ബ്രിട്ടീഷ് ഭരണത്തിൻ കീഴിലും കൊച്ചിയും തിരുവിതാംകൂറും നാട്ടുരാജാക്കന്മാരുടെ ഭരണത്തിൽ കീഴിലും ആയിരുന്നു. മറ്റേതൊരു ഇന്ത്യൻ പ്രദേശവും പോലെ കേരളവും അവർണ്ണരും സവർണ്ണരും കൂടിക്കലർന്ന ഒരുഗ്രാമീണ ജീവിതമായിരുന്നു നയിച്ചിരുന്നത്. ജാതിപീഡനത്താൽ അവർണ്ണരും ഫ്യൂഡൽ വ്യവസ്ഥിതി യുടെ തകർച്ചകൊണ്ടും അന്ധവിശ്വാസങ്ങൾകൊണ്ടും അനാചാരങ്ങൾ കൊണ്ടും സവർണ്ണരും സാമ്പത്തികമായും സാംസ്കാരികമായും തകർന്നു കൊണ്ടിരിക്കുകയായിരുന്നു. ഈ കാലയളവിൽ ഒട്ടനവധി സാമുദായിക പരിഷ്കർത്താക്കൾ കേരളക്കരയിൽ ഉയിർത്തെഴുന്നേറ്റു. അവരുടെ പരി ഷ്കരണ പ്രവർത്തനങ്ങളുടെ ഫലമായി നാശത്തിലേക്കു നീങ്ങിക്കൊ ണ്ടിരുന്ന കേരളീയ സമൂഹം നവീകരിക്കപ്പെടുകയും ഒരു നവകേരള സൃഷ്ടിക്ക് ആവശ്യമായ ശക്തി സംഭരിക്കുകയും ചെയ്തു.

തിരുവിതാംകൂറിൽ സാമുദായിക പരിഷ്കരണത്തിന്റെ ഉദ്ഘാടകൻ അയ്യാ വൈകുണ്ഠസ്വാമിയാണ്. കന്യാകുമാരി ജില്ലയിൽ സ്വാമിതോപ്പ് എന്ന പേരിൽ ഇപ്പോൾ അറിയപ്പെടുന്ന സ്ഥലത്ത് 1809 ൽ ചാന്നാർ സമു ദായത്തിലായിരുന്നു വൈകുണ്ഠസ്വാമിയുടെ ജനനം. അദ്ദേഹത്തിന്റെ ജന നസമയത്ത് ചാന്നാർ സമുദായത്തിൽപ്പെട്ടവർ പലതരത്തിലുള്ള ജാതി വിവേചനത്തിന് വിധേയരായിരുന്നു. സഞ്ചാരസ്വാതന്ത്ര്യം, ആരാധനാസ്വാ തന്ത്ര്യം, സ്ത്രീകൾക്ക് മാറു മറയ്ക്കാനുള്ള സ്വാതന്ത്ര്യം ഇവയെല്ലാം അവർക്ക് നിഷേധിക്കപ്പെട്ടിരുന്നു. വൈകുണ്ഠസ്വാമികൾ താഴ്ന്ന സമു ദായക്കാരെ സംഘടിപ്പിക്കുകയും സംഘടനകൊണ്ട് ശക്തരാകുവാൻ അവരെ പഠിപ്പിക്കുകയും ചെയ്തു. അദ്ദേഹം സമത്വസമാജം എന്ന പേരിൽ ഒരു സംഘടന രൂപീകരിച്ചു. വൈകുണ്ഠസ്വാമികൾ നടത്തിയ മറ്റൊരു

വിപ്ലവം സഹഭോജനം ആണ്. തങ്ങളേക്കാൾ താണവരായി കണക്കാക്കി ചാന്നാന്മാർ മാറ്റി നിർത്തിയിരുന്ന ക്ഷുരകന്മാർ, അലക്കുകാർ എന്നിവ രൊന്നിച്ച് സ്വാമിയും ശിഷ്യന്മാരും പന്തിഭോജനം നടത്തി. സ്വാമി തന്റെ ദേവാലയമായ നിഴൽതങ്കലുകളിൽ കണ്ണാടി പ്രതിഷ്ഠ നടത്തി. സ്വാമിക ളുടെ വിപ്ലവകരമായ പ്രവർത്തനങ്ങൾ സ്വാതിതിരുനാൾ രാജാവിനെ കോപാകുലനാക്കി. തുടർന്ന് രാജാവ് സ്വാമികളെ ജയിലിൽ അടച്ചു.

തിരുവിതാംകൂറിൽ വിപ്ലവത്തിന്റെ തീപ്പന്തം ഉയർത്തിയ മറ്റൊരു സമു ദായ നേതാവായിരുന്നു ആറാട്ടുപുഴ വേലായുധപ്പണിക്കർ. 1825 ൽ ആല പ്പുഴ ജില്ലയിലെ കാർത്തികപ്പള്ളി താലൂക്കിൽ ആറാട്ടുപുഴ ഗ്രാമത്തിൽ ഒരു ധനിക ഈഴവ കുടുംബത്തിലായിരുന്നു അദ്ദേഹത്തിന്റെ ജനനം. തെക്കൻ തിരുവിതാംകൂറിൽ ചാന്നാർ സമുദായം അനുഭവിച്ചിരുന്ന എല്ലാ ജാതിവിവേചനങ്ങളും തിരുവിതാംകൂറിലെ ഈഴവരും അനുഭവിച്ചുവന്നി രുന്നു. സഞ്ചാരസ്വാതന്ത്ര്യം, ആരാധനാസ്വാതന്ത്ര്യം, സ്ത്രീകൾക്ക് മാറ് മറയ്ക്കാനുള്ള സ്വാതന്ത്ര്യം, സ്വർണ്ണാഭരണം ധരിക്കാനുള്ള സ്വാതന്ത്ര്യം എല്ലാം നിഷേധിക്കപ്പെട്ടിരുന്നു. സ്വസമുദായത്തിന്റെ ഈ ദാരുണമായ അവസ്ഥ വേലായുധപ്പണിക്കരെ ആഴത്തിൽ ചിന്തിപ്പിച്ചു. അദ്ദേഹത്തിന്റെ ആത്മാഭിമാനം മുറിവേല്പിക്കപ്പെട്ടു. അവർണ്ണസമുദായത്തിൽപ്പെട്ടവർക്ക് ക്ഷേത്രപ്രതിഷ്ഠ നടത്താൻ അവകാശമില്ലാത്ത ആ കാലത്ത് വേലായു ധപ്പണിക്കർ ചേർത്തല താലൂക്കിൽ രണ്ട് ശിവക്ഷേത്രങ്ങൾ സ്ഥാപിച്ച് എല്ലാവർക്കുമായി തുറന്നുകൊടുത്തു. കൂടാതെ അദ്ദേഹം നേതൃത്വം നല്കിയ 'അച്ചിപ്പുടവ ലഹള', 'മുക്കുത്തിലഹള' ഇവയും പ്രസിദ്ധങ്ങ ളാണ്. കണങ്കാൽ വരെ മറയുന്ന പുടവ ഉടുക്കുന്നതിനുള്ള അവകാശം നായർ, നമ്പൂതിരി സ്ത്രീകൾക്കു മാത്രമായിരുന്നു. അതുപോലെ തന്നെ സ്വർണ്ണാഭരണം അണിയുന്നതിനുള്ള അവകാശവും അവർണ്ണർക്ക് നിഷേ ധിക്കപ്പെട്ടിരുന്നു. വേലായുധപ്പണിക്കരുടെ പിൻബലത്തോടും പ്രോത്സാ ഹനത്തോടും കൂടി താഴ്ന്ന വിഭാഗത്തിൽപ്പെട്ട സ്ത്രീകൾ കണങ്കാൽ മൂടുന്ന അച്ചിപ്പുടവ ഉടുക്കുകയും സ്വർണ്ണമൂക്കുത്തി ധരിക്കുകയും ചെയ്തു. ഇതുകൂടാതെ ഈഴവ യുവാക്കളെ ചേർത്ത് ഒരു 'കഥകളി യോഗം' സംഘടിപ്പിക്കുകയും ചെയ്തു. അന്ന് കഥകളി സവർണ്ണരുടെ മാത്രം കലാപ്രസ്ഥാനമായിരുന്നു. അദ്ദേഹം നടത്തിയ വിപ്ലവകരമായ സാമുദായിക പ്രവർത്തനങ്ങളുടെ അനന്തരഫലമെന്നോണം 49-ാമത്തെ വയസ്സിൽ അദ്ദേഹം നിഷ്ഠുരമായി വധിക്കപ്പെട്ടു.

1822 മുതൽ 1859 വരെ തെക്കൻ തിരുവിതാംകൂറിലെ ചാന്നാന്മാർ തങ്ങളുടെ സ്ത്രീകൾക്ക് മാറ് മറയ്ക്കുന്നതിനുള്ള അവകാശത്തിനുവേണ്ടി നടത്തിയ സമരത്തെയാണ് 'ചാന്നാർ ലഹള' എന്നു പറയുന്നത്. ഇംഗ്ലീഷ് മിഷനറിമാരുടെ പ്രവർത്തനഫലമായി വിദ്യാഭ്യാസം ലഭിച്ച ചാന്നാർ സ്ത്രീകൾ മാറുമറയ്ക്കുന്നതിനുള്ള അവകാശത്തിനുവേണ്ടി പോരാടു കയും 1829 ൽ അത് വിജയിക്കുകയും ചെയ്തു. അടുത്ത ഘട്ടമായി ജാക്ക റ്റിനു മുകളിൽ ഒരു തോൾശീല (രണ്ടാംമുണ്ട്) ധരിക്കാനുള്ള അവകാശ ത്തിനുവേണ്ടിയുള്ള ലഹള നടന്നു. 1859 ൽ ഉത്രം തിരുനാൾ രാജാവിന്റെ കാലത്ത് തോൾശീല ധരിക്കുന്നതിനുള്ള അവകാശം ചില നിയന്ത്രണ

ങ്ങളോടെ ചാന്നാന്മാർ നേടിയെടുത്തു. പിന്നീട് ബ്രിട്ടീഷ് ഇടപെടലോടെ തോൾശീല ധരിക്കുന്നതിനുള്ള പൂർണ്ണ അവകാശം അവർ നേടിയെടുത്തു.

19-ാം നൂറ്റാണ്ടിന്റെ ആദ്യപാദത്തിൽ സുറിയാനി ക്രിസ്ത്യാനികളുടെ ഇടയിൽ നിന്നും ഉയർന്നുവന്ന ഒരു പരിഷ്കർത്താവാണ് പാലക്കുന്നത്ത് എബ്രഹാം മല്പാൻ (1796-1845). അദ്ദേഹത്തിന്റെ പ്രവർത്തനങ്ങൾ മത പരമെന്ന് തോന്നാമെങ്കിലും പ്രവർത്തനഫലങ്ങൾ പരിശോധിക്കുമ്പോൾ അവ കേവലം മതപരം മാത്രമല്ല സാമൂഹികവുമാണ് എന്ന് മനസ്സിലാ ക്കാവുന്നതാണ്. മതപരമായ കാര്യങ്ങളിൽ വിദേശ മേൽക്കോയ്മയെ എതിർക്കുക, മാതൃഭാഷയിൽ ആരാധന നടത്തുക തുടങ്ങിയവയായിരു ന്നു അദ്ദേഹത്തിന്റെ പരിഷ്കാരങ്ങൾ. മദ്ധ്യതിരുവിതാംകൂറിലെ സുറി യാനി ക്രിസ്ത്യാനികളുടെ ഇടയിൽ നിലനിന്നിരുന്ന പല അന്ധവിശ്വാ സങ്ങളും അനാചാരങ്ങളും അവസാനിപ്പിക്കുന്നതിന് മല്പാന്റെ പ്രവർത്ത നങ്ങൾ കാരണമായി.

ഇങ്ങനെ നോക്കുമ്പോൾ 19-ാം നൂറ്റാണ്ടിലെ തിരുവിതാംകൂർ വള രെയധികം കലാപങ്ങൾക്കും ലഹളകൾക്കും സാക്ഷ്യം വഹിച്ചിരുന്നതായി കാണാവുന്നതാണ്. ഈ കലാപങ്ങളും ലഹളകളും കൂടുതൽ സ്വതന്ത്ര മായ ഒരു ലോകം സൃഷ്ടിക്കുവാനുള്ള ജനങ്ങളുടെ ത്വരയാണ് കാണി ക്കുന്നത്. സ്വാതന്ത്ര്യത്തിനുവേണ്ടി വെമ്പൽകൊണ്ടിരുന്ന ഈ തിരുവി താംകൂറിലാണ് ചട്ടമ്പിസ്വാമികളുടെയും ശ്രീനാരായണ ഗുരുവിന്റെയും മഹാത്മാ അയ്യൻകാളിയുടെയും സമകാലീനനായി ജി പരമേശ്വരൻ പിള്ള ഭുജാതനായത്.

ജി പി പിള്ളയുടെ ബാല്യകൗമാരദശയിൽ നായർ സമുദായത്തിൽ പലതരത്തിലുള്ള അനാചാരങ്ങളും കീഴ്‌വഴക്കങ്ങളും നിലനിന്നിരുന്നു. കാലത്തിന് നിരക്കാത്ത മരുമക്കത്തായ സമ്പ്രദായം, നിയമത്തിന്റെ പിൻബ ലമില്ലാത്ത സംബന്ധം എന്ന വിവാഹസമ്പ്രദായം, വിവാഹധൂർത്ത് തുട ങ്ങിയവ അവയിൽ ചിലതുമാത്രം. സമുദായപുരോഗതിക്ക് തടസ്സം നിന്നി രുന്ന ഇത്തരം തിന്മകൾക്കെതിരെ ജി പി തൂലിക പടവാളാക്കി. എന്നാൽ താമസിയാതെ സമുദായം എന്ന ചെറിയ വൃത്തത്തിൽ നിന്ന് രാഷ്ട്രം എന്ന വലിയലോകത്തിലേക്ക് അദ്ദേഹം പ്രവേശിച്ചു. തൽഫലമായി അന്ന് പ്രാരം ഭദശയിലായിരുന്ന കോൺഗ്രസ് പ്രസ്ഥാനത്തിന്റെ പ്രവർത്തനങ്ങളിൽ ആവേശപൂർവ്വം പങ്കെടുക്കുകയും അല്പകാലത്തിനുള്ളിൽത്തന്നെ അതിന്റെ ഉന്നത ശ്രേണിയിൽ എത്തിച്ചേരുകയും ചെയ്തു. ഒരു വിദ്യാർത്ഥിയായിരിക്കുമ്പോൾ തന്നെ അദ്ദേഹം പത്രപ്രവർത്തനത്തിൽ ഏർപ്പെട്ടു. ആധുനിക വിദ്യാഭ്യാസം നേടിയ ചെറുപ്പക്കാർക്ക് സ്വന്തം നാട്ടിൽ ജോലി ലഭിക്കുന്നതിന് തടസ്സം നിന്ന പരദേശി ദിവാൻ ഭരണത്തെ അദ്ദേഹം നിശിതമായി വിമർശിച്ചു. തുടർന്ന് തിരുവിതാംകൂറിന്റെ തെക്കേ യറ്റം മുതൽ വടക്കേയറ്റം വരെയുള്ള നാനാജാതികളിലുള്ള ജനങ്ങളെ സംഘടിപ്പിച്ചുകൊണ്ട് 'തിരുവിതാംകൂർ തിരുവിതാംകൂർകാർക്ക്' എന്ന മുദ്രാവാക്യവുമായി ജനകീയ പ്രക്ഷോഭം സംഘടിപ്പിച്ചു. എന്നാൽ വിധി അദ്ദേഹത്തിന് ഒരു മിന്നൽപ്പിണറിന്റെ ഹ്രസ്വമായ ജീവിതമാണ് നല്കിയത്.

2

ബാല്യവും കൗമാരവും

തിരുവനന്തപുരം ജില്ലയിലെ പള്ളിപ്പുറം എന്ന ഗ്രാമത്തിൽ വള വക്കുന്നത്ത് എന്ന ഒരു സാധാരണ നായർ തറവാട്ടിൽ 1864 ഫെബ്രുവരി 26 ന് ജി പി പിള്ള ജനിച്ചു. അമ്മ കാർത്ത്യായനി അമ്മയും അച്ഛൻ കൊട്ടാരം വിചാരിപ്പുകാരനായ ഹരിഹരഅയ്യരുമായിരുന്നു. തിരുവിതാം കൂറിൽ നിലനിന്നിരുന്ന ജാതി വ്യവസ്ഥ അനുസരിച്ച് അമ്മയുടെ ജാതി തന്നെയായിരുന്നു മക്കളുടെയും ജാതി. അതുകൊണ്ട് ജി പി പിള്ളയും നായർ സമുദായത്തിൽപ്പെട്ട ആളായി. എന്നുപറഞ്ഞാൽ മകൻ അച്ഛന് തീണ്ടൽ ജാതിക്കാരൻ തന്നെ. മകൻ അച്ഛനെ തൊട്ടാൽ അച്ഛൻ അശുദ്ധ നാകും പോൽ! ജി പിയുടെ ബാല്യം കയ്പ് നിറഞ്ഞതായിരുന്നു. ജാതി വ്യവസ്ഥയുടെ പീഡനങ്ങൾ ചെറുപ്പം മുതലേ ജി പിക്ക് അനുഭവിക്കേ ണ്ടിവന്നു. *ബാല്യത്തിൽ രണ്ടു പ്രാവശ്യം അച്ഛനെകാണാൻ പിതൃഗൃഹ ത്തിൽ ചെന്ന ജി പിക്ക് പിതാവിന്റെ ബ്രാഹ്മണഭാര്യയിൽ നിന്ന് കണ ക്കിന് ശകാരം ലഭിച്ചു. പിതാവിനെകാണാൻ അവർ ജി പിയെ അനുവദി ച്ചതുമില്ല. ജി പിക്കേറ്റ ഈ മുറിവ് പിന്നീട് അദ്ദേഹത്തിന്റെ പ്രവർത്തന ങ്ങളെ ബാധിച്ചു. ബാല്യത്തിൽതന്നെ ജി പിക്ക് പിതാവിനെയും മാതാവി നെയും നഷ്ടപ്പെട്ടു. മാതൃസഹോദരിയുടെ സ്നേഹമസൃണമായ പരിലാ ളനയിലാണ് ജി പി പിന്നീട് വളർന്നത്. കുടുംബവീടായ വളവക്കുന്നത്ത് ഉണ്ടായ അന്തഃഛിദ്രം നിമിത്തം ജി പിയുടെ ശാഖയ്ക്ക് ചാലയിൽ ഉള്ള ചീലാന്തിമുട് എന്ന വീട്ടിലേക്ക് മാറിത്താമസിക്കേണ്ടി വന്നു. വീടിനടു ത്തുള്ള ചാല സ്കൂളിൽ തന്നെയായിരുന്ന ജി പിയുടെ പ്രാഥമിക വിദ്യാ ഭ്യാസം. ഈ സ്കൂളിലാണ് മലയാള ഭാഷയുടെ ചരിത്രമെഴുതിയ സർവ്വാ ധികാര്യക്കാർ ഗോവിന്ദപ്പിള്ള പ്രഥമ അദ്ധ്യാപകനായി സേവനം അനു

---

*   ജി പി പിള്ളയുടെ ചെറുമകൾ ശ്രീമതി ഇന്ദിരാരാമകൃഷ്ണപിള്ളയുമായുള്ള
    അഭിമുഖത്തിൽ നിന്ന്.

ഷ്റിച്ചത്. ചാല സ്കൂളിലെ പഠന കാലത്ത് ജി പിക്ക് കൈവന്ന ഒരു ഭാഗ്യം പിന്നീട് മലയാള സാഹിത്യത്തിലെ ചരിത്ര നോവലിസ്റ്റായി അറി യപ്പെട്ട സി വി രാമൻ പിള്ളയുമായി സൗഹൃദം സ്ഥാപിക്കാൻ കഴിഞ്ഞ താണ്. ജി പിയുടെ തുടർന്നുള്ള ജീവിതത്തിലെല്ലാം സി വി ഗണ്യമായ സ്വാധീനം ചെലുത്തുന്നത് നമുക്ക് കാണാൻ കഴിയും. ജി പി യെ ഒരു വലിയ വാഗ്മി ആക്കിത്തീർക്കുന്നതിൽ സി വി വലിയ പങ്ക് വഹിച്ചിട്ടുണ്ട്. ഒരു വലിയ പ്രാസംഗികനായിത്തീരണമെന്ന ആഗ്രഹം ജി പി ക്ക് ചെറുപ്പ മുതലേ ഉണ്ടായിരുന്നു. ഈ ആഗ്രഹം സഫലീകരിക്കാൻ ജി പിയെ സഹാ യിച്ചത് സി വി രാമൻ പിള്ളയാണ്. ഒഴിവ് സമയങ്ങളിൽ ചാല സ്കൂളിന്റെ ഒഴിഞ്ഞ മുറിയിൽ മേശപ്പുറത്തു കയറി നിന്ന് ജി പി സാങ്കല്പിക സദ സ്സിനെ നോക്കി പ്രസംഗിക്കും. അപ്പോൾ വേണ്ട നിർദ്ദേശങ്ങൾ നല്കി ജി പിയെ പ്രോത്സാഹിപ്പിച്ചിരുന്നത് സി വി യാണ്. ഇങ്ങനെയാണ് ജി പി പ്രസംഗകലയിൽ പിച്ചവെച്ചത്.

ചാല സ്കൂളിലെ വിദ്യാഭ്യാസത്തിനു ശേഷം ജി പി മഹാരാജാസ് ഹൈസ്കൂളിലും പിന്നീട് മഹാരാജാസ് കോളേജിലും ചേർന്നു (ഇപ്പോ ഴത്തെ യൂണിവേഴ്സിറ്റി കോളേജ്). ജി പി യുടെ ജീവിതത്തിലെ വഴിത്തി രിവാണ് മഹാരാജാസ് കോളേജിലെ പഠനം. ജി പി പഠനത്തിലും പ്രസം ഗത്തിലും കായിക മത്സരങ്ങളിലും എല്ലാം ഒന്നാമനായിരുന്നു. ഉച്ചസമ യത്ത് സതീർത്ഥ്യർ ഒത്തുകൂടി സമകാലിക രാഷ്ട്രീയ പ്രശ്നങ്ങൾ ചർച്ച ചെയ്യുക പതിവായിരുന്നു. ഈ ഒത്തുചേരലുകൾക്കെല്ലാം നായകത്വം വഹിച്ചിരുന്നത് ജി പി ആയിരുന്നു. കോളേജിലെ ഡിബേറ്റിങ് സൊസൈ റ്റികളിൽ ജി പി ഉജ്ജല പ്രസംഗങ്ങൾ നടത്തിയിരുന്നു. ക്രിക്കറ്റ്, ടെന്നീ സ്, ഫുട്ബോൾ തുടങ്ങിയ എല്ലാ കായിക വിനോദങ്ങളിലും ജി പി അതീവ സമർത്ഥനായിരുന്നു. മഹാരാജാസ് കോളേജിലെ ക്രിക്കറ്റ് അസോ സിയേഷനും ടെന്നീസ് അസോസിയേഷനും സംഘടിപ്പിക്കുന്നതിൽ ജി പിക്ക് നല്ല പങ്കുണ്ടായിരുന്നു. യൂറോപ്യന്മാരായ ഡോ. ജോൺ റോസ് ഈ സമയത്ത് മഹാരാജാസ് കോളേജിലെ പ്രിൻസിപ്പലും ഡോക്ടർ ഹാർവി പ്രൊഫസറും ആയിരുന്നു. ഇവരെപ്പറ്റി ഒരു വാക്ക് പറയാതെ ഈ അദ്ധ്യായം പൂർത്തിയാക്കുവാൻ കഴിയുകയില്ല. ശിഷ്യന്മാരെ ഇത്ര മാത്രം അകമഴിഞ്ഞ് സ്നേഹിച്ചിരുന്ന ജോൺ റോസിനെപ്പോലെയുള്ള ഒരു അദ്ധ്യാപകനെ കണ്ടെത്തുക പ്രയാസമായിരിക്കും. ജി പി പിള്ളയെ പ്പോലെതന്നെ സി വിയും മഹാരാജാസ് കോളേജിലെ ഒരു വിദ്യാർത്ഥി യായിരുന്നു. സി വി രാമൻപിള്ളയുടെ ജീവചരിത്രകാരനായ പി കെ പര മേശ്വരൻ നായർ ഇപ്രകാരം രേഖപ്പെടുത്തിയിരിക്കുന്നു

മിസ്റ്റർ റോസ്, അധ്യേതാക്കളുടെ സ്നേഹത്തെ ആവർജിക്കുന്ന ഊർജ്ജസ്വലഗുണങ്ങളുടെ ആവാസകേന്ദ്രമായിരുന്നു. ഹാർവിയാ കട്ടെ, വിശ്വധർമ്മത്തെ അനുപദം അനുസ്മരിപ്പിക്കുന്ന സ്വഭാവ ഘടകങ്ങൾക്ക് കേദാരവുമായിരുന്നു. റോസിൽ ബുദ്ധിശക്തിയും കാര്യബോധവും മുന്തിനിന്നു. ഹാർവിയിൽ ആത്മീയമായ പ്രശാ

ന്തതയും സമാധാനവും കളിയാടി. ഒന്നാമൻ അടുത്തവരെ ആവേശം കൊള്ളിച്ചു. രണ്ടാമൻ അടിപ്പെടുത്തി. രണ്ടുപേരും യഥാർത്ഥ ക്രൈസ്തവ ഗുണമുള്ളവരാണ്. അവരുടെ സംസർഗ്ഗ ശക്തി ഞങ്ങളുടെ മതബോധത്തെ പവിത്രീകരിച്ചു. ക്ലാസുമുറിക ളുടെ ആശ്രയം കൂടാതെയും മതബോധനം സാദ്ധ്യമാണെന്ന് തെളി യിക്കുകയും ചെയ്തു. റോസ് അവിശ്വാസത്തെ അടിച്ചുമാറ്റി. ഹാർവി അതിനെ തന്റെ ധാർമ്മിക ആവേശത്താൽ ഉച്ചാടനം ചെയ്തു. ഇരുവരും അവരുടെ തൊഴിലിൽ ആത്മാർത്ഥമായ മതി പ്പുള്ളവരും ഹൃദയംകൊണ്ടും ബുദ്ധിമണ്ഡലംകൊണ്ടും തങ്ങളോട് ബന്ധപ്പെട്ട ശിഷ്യഗണങ്ങളെ ഉള്ളഴിഞ്ഞ് സ്നേഹിച്ചവരുമാണ്. ഞങ്ങൾക്ക് അന്ന് നിങ്ങളെപ്പോലെ തൊപ്പിയോ കോട്ടോ ടൈകളോ ഇല്ലായിരുന്നു. ഞങ്ങൾ വെറും മുണ്ടും, നേര്യതുമാണ് ധരിച്ചിരു ന്നത്. എങ്കിലും ഞങ്ങളുടെ യൂറോപ്യൻ പ്രൊഫസർമാർ ഞങ്ങ ളിൽ നിന്നും യാതൊരു അകല്‍ച്ചയും ഭാവിച്ചിരുന്നില്ല. നേരേമറിച്ച് മഹത്ത്വത്തിലോ പ്രൗഢിയിലോ അവരുടേതിൽ നിന്ന് യാതൊരു വിധത്തിലും പിന്നോക്കമല്ലാത്ത ഒരു സംസ്കാരത്തിന് അവകാ ശികളെന്ന നിലയിൽ ഞങ്ങളും അവരോട് തോളോടുതോൾ ചേർന്ന് നില്‍ക്കുവാൻ അർഹരാണെന്നുള്ള ബോധം ഞങ്ങളിൽ അവർ ഉളവാക്കി. നമ്മുടെ മതത്തെയോ, സാമുദായിക ഭിന്നതക ളെയോ പറ്റി അവർ സംസാരിച്ചത് ഉപദേഷ്ടാക്കളോ, ആക്ഷേപക ന്മാരോ ആയിട്ടല്ല. പിന്നെയോ തത്ത്വാന്വേഷകന്മാരും ഉൽബോധ കന്മാരും എന്നുള്ള നിലയിലാണ്. നമ്മുടെ സ്ഥാപനങ്ങളെപ്പറ്റി അവർ എപ്പോഴും ബഹുമാനപുരസ്സരമേ സംസാരിച്ചിട്ടുള്ളു. പ്രാകൃ തങ്ങളായ അന്ധവിശ്വാസങ്ങൾ പോലും ആത്മാർത്ഥതയിലും വിശ്വാസത്തിലും നിന്ന് ഉല്പന്നങ്ങളാണെന്ന് കണ്ടാൽ അവയെ അവർ ബഹുമാനിച്ചുവന്നു. ആറടിയിൽ അധികം ഉയരവും വിരിഞ്ഞ മാറിടവും മാംസള ശരീരവും മുഴങ്ങുന്ന ശബ്ദവും തുള ച്ചുകയറുന്ന പരിഹാസവും കലർന്ന ഒരാളായിരുന്നു മിസ്റ്റർ റോസ്. എങ്കിലും അദ്ദേഹത്തിന്റെ ഹൃദയം അദ്ധ്യേതാക്കളിലേക്ക് അലി ഞ്ഞൊഴുകുക തന്നെ ചെയ്തു. എന്റെ കുഞ്ഞേ (my sonnie) എന്നുള്ള ഹൃദ്യവും മധുരവുമായ വിളികേട്ടിട്ടുള്ള ചെവികളിൽ എന്നും ആ ശബ്ദം അതിന്റെ സംഗീതാത്മകമായ സൗഭഗത്തോടെ മുഴങ്ങിക്കൊണ്ടിരിക്കും.

ഗുരുവിനോടുള്ള സ്നേഹാതിരേകംകൊണ്ടാണ് സി വി തന്റെ ഭവ നത്തിന് റോസ്കോട്ട് എന്ന് നാമകരണം ചെയ്തിരിക്കുന്നത്.

വീണ്ടും ജി പിയിലേക്ക് മടങ്ങിവരാം. ജി പി മഹാരാജാസ് കോളേ ജിൽ പഠിക്കുന്ന കാലത്ത് തിരുവിതാംകൂർ ഭരിച്ചിരുന്നത് വിശാഖം തിരു നാൾ മഹാരാജാവായിരുന്നു. അദ്ദേഹത്തിന്റെ ദിവാൻ രാമയ്യങ്കാർ ആയി രുന്നു.

രാമയ്യങ്കാർ

ഈ രാമയ്യങ്കാരുമായുള്ള ഏറ്റുമുട്ടലാണ് ജി പിയുടെ ജീവിതത്തിൽ വഴിത്തിരിവായിത്തീർന്നത്. ആ കഥയിലേക്ക് കടക്കുന്നതിനുമുമ്പ് രാമയ്യങ്കാരെപ്പറ്റി വായനക്കാർ അല്പമെങ്കിലും അറിഞ്ഞിരിക്കേണ്ടതുണ്ട്. ഇരുപത് വർഷം ബ്രിട്ടീഷ് സർക്കാർ സർവ്വീസിൽ ഉന്നതമായ പല പദവികളും വഹിച്ച് ബ്രിട്ടീഷ് റസിഡന്റ് ഹാനിങ്ടന്റെയും ഇന്ത്യൻ വൈസ്രോയിയുടെയും മുക്തകണ്ഠമായ പ്രശംസയ്ക്ക് പാത്രീഭൂതനായ കാര്യശേഷിയുള്ള ഒരു ഭരണകർത്താവായിരുന്നു രാമയ്യങ്കാർ. അദ്ദേഹം ബ്രിട്ടീഷ് സർവ്വീസിൽ ആയിരിക്കുമ്പോൾ തന്നെ വിശാഖം തിരുനാളിന് രാമയ്യങ്കാരെ പരിചയമുണ്ടായിരുന്നു. അദ്ദേഹത്തെ തിരുവിതാംകൂർ സർവ്വീസിൽ കൊണ്ടുവരണമെന്ന് വിശാഖം തിരുനാൾ ആഗ്രഹിച്ചിരുന്നെങ്കിലും ആയില്യം തിരുനാളിന്റെ എതിർപ്പുകൊണ്ട് സാധിച്ചില്ല. പിന്നീട് വിശാഖം തിരുനാൾ തിരുവിതാംകൂറിന്റെ രാജ്യഭാരം കൈയേറ്റപ്പോൾ രാമയ്യങ്കാരെ തിരുവിതാംകൂർ ദിവാനായി നിയമിച്ചു. വിശാഖം തിരുനാളിന്റെ കാലത്തും ശ്രീമൂലം തിരുനാളിന്റെ ഭരണത്തിന്റെ ആദ്യവർഷത്തിലുമായി ആറു വർഷം അദ്ദേഹം തിരുവിതാംകൂർ ദിവാനായി ഭരണം നടത്തി. തിരുവിതാംകൂറിന്റെ സർവ്വേ കാര്യക്ഷമമായ രീതിയിൽ നിർവ്വഹിച്ചതാണ് രാമയ്യങ്കാരുടെ ഔദ്യോഗിക ജീവിതത്തിലെ ഏറ്റവും വലിയ നേട്ടമായി കണക്കാക്കപ്പെടുന്നത്. ബ്രിട്ടീഷ് സർവ്വീസിന് അദ്ദേഹം നല്കിയ സേവനങ്ങളെ കണക്കിലെടുത്ത് വൈസ്രോയി അദ്ദേഹത്തിന് പുരസ്കാരം നല്കി ബഹുമാനിച്ചു. ഇങ്ങനെ തിരുവിതാംകൂർ രാജാക്കന്മാരുടെയും ബ്രിട്ടീഷ് ഭരണാധികാരികളുടെയും പ്രശംസയ്ക്ക് പാത്രീഭവിച്ച ഈ ദിവാൻ ജി പി പിള്ളയ്ക്ക് അനഭിമതനായി തീർന്നു. എല്ലാ പരദേശ ദിവാന്മാരെപ്പോലെയും രാമയ്യങ്കാരും സ്വസമുദായത്തിൽപ്പെട്ടവരെ തിരുവിതാംകൂർ സർവ്വീസിൽ തിരുകിക്കയറ്റി. ഇതാണ് ജി പി പിള്ളയെ പ്രകോപിപ്പിച്ചത്. ദിവാന്റെ സ്വജനപക്ഷപാതത്തിൽ എല്ലാവർക്കും അതൃപ്തി ഉണ്ടായിരുന്നു. എങ്കിലും രാജകോപം ഭയന്ന് ആരും ഒന്നും മിണ്ടിയിരുന്നില്ല. അപ്പോൾ ബ്രിട്ടീഷ് കൊച്ചിയിൽ നിന്നും ഹാൾ മെൽവിൻ വാക്കർ എന്ന സായ്പിന്റെ പത്രാധിപത്യത്തിൽ പുറപ്പെട്ടിരുന്ന വെസ്റ്റേൺ സ്റ്റാർ എന്ന പത്രത്തിൽ ദിവാന്റെ ദുർഭരണത്തിനെതിരായി തുടരെ ലേഖനങ്ങൾ വന്നുതുടങ്ങി. ഇത് ദിവാന്റെ ശ്രദ്ധയിൽപ്പെട്ടു. തനിക്കെതിരെ യാതൊരു ഭയവും ശങ്കയും ഇല്ലാതെ എഴുതുവാൻ ധൈര്യപ്പെട്ട ഈ ധിക്കാരി ആരെന്ന് ദിവാൻ ആശ്ചര്യപ്പെട്ടു. ഈ ധിക്കാരിയെ കണ്ടുപിടിക്കുകതന്നെയെന്ന് ദിവാൻ ഉറച്ചു. വെസ്റ്റേൺ സ്റ്റാറിലേക്ക് ആളെ അയച്ചു. എന്നാൽ തിരുവിതാംകൂർ രാജാവിനെ ഭയപ്പെടേണ്ട യാതൊരു കാര്യവും ഇല്ലാത്ത വാക്കർ സായ്പ് ലേഖനത്തിന്റെ കർത്താവ് ആരെന്ന് വെളിപ്പെടുത്തിയില്ല. രാജാവിന്റെ ചാരന്മാർ എല്ലായിടത്തും വല വിരിച്ചു. അവസാനം ലേഖനകർത്താക്കൾ മഹാരാജാസ് കോളേജിലെ മൂന്നു വിദ്യാർത്ഥികളാണെന്ന് ചാരന്മാർ കൊട്ടാ

മഹാരാജ ശ്രീ. വിശാഖം തിരുനാൾ

രത്തിൽ ബോധിപ്പിച്ചു. കൂടുതൽ അന്വേഷണത്തിൽ ജി പരമേശ രൻപിള്ള, എൻ രാമൻപിള്ള, ആർ രംഗരാവു എന്നീ മൂന്നു മഹാരാ ജാസ് കോളേജ് വിദ്യാർത്ഥികളുടെ മേൽ കുറ്റം ചുമത്തപ്പെട്ടു. ഇതിൽ ജി പരമേശ്വരൻപിള്ള ഒഴികെ രണ്ടു വിദ്യാർത്ഥികളും ബന്ധുബലവും സമ്പത്തും ഉള്ളവരായിരുന്നു. ആയില്യം തിരുനാളിന്റെ കാലത്ത് ദിവാനായിരുന്ന നാണുപിള്ളയുടെ പുത്രനായിരുന്നു എൻ രാമൻപിള്ള. ദിവാൻ പേഷ്കാരായിരുന്ന രഘു നാഥ റാവുവിന്റെ പുത്രൻ ആയി രുന്നു ആർ രംഗരാവു. ജി പരമേശ രൻപിള്ള ബന്ധുബലവും സാമ്പ

ത്തിക ശേഷിയും ഇല്ലാത്ത ആൾ ആയിരുന്നു. ഈ മൂന്ന് വിദ്യാർത്ഥിക ളെയും ഉടൻതന്നെ കോളേജിൽ നിന്ന് പുറത്താക്കണമെന്ന് ദിവാൻ പ്രിൻസിപ്പൽ ജോൺ റോസിനോട് ആവശ്യപ്പെട്ടു. എന്നാൽ തന്റെ ശിഷ്യ ന്മാരിൽ സമർത്ഥരായ ആ വിദ്യാർത്ഥികളെ പിരിച്ചുവിടാൻ ജോൺ റോസ് വിസമ്മതിച്ചു. കൊട്ടാരത്തിൽനിന്നുള്ള നിർബന്ധം ഏറിവന്നപ്പോൾ ഗത്യ ന്തരമില്ലാതെ ആ ശിഷ്യവത്സലൻ മൂന്നുപേരെയും കോളേജിൽനിന്നും പുറത്താക്കുവാൻ തീരുമാനിച്ചു. എന്നാൽ കോളേജിൽനിന്ന് പുറത്താ ക്കുന്നതിന് മുമ്പ് അദ്ദേഹം അവർക്ക് തുടർ വിദ്യാഭ്യാസത്തിനു അനു യോജ്യമായ തരത്തിൽ സർട്ടിഫിക്കറ്റ് നല്കി. ജി പി പിള്ള ഒഴികെ രണ്ടു പേരും യാതൊരു ബുദ്ധിമുട്ടും കൂടാതെ മദ്രാസ് പ്രസിഡൻസി കോളേ ജിൽ അഡ്മിഷൻ നേടി. എന്നാൽ ജി പി പിള്ള എന്തുചെയ്യണം എന്നറി യാതെ കുഴങ്ങി. അദ്ദേഹം ഒരു മാസത്തോളം തിരുവനന്തപുരത്തു തന്നെ തങ്ങി. ഇതിനിടയിൽ കൊട്ടാരത്തിൽനിന്ന് ഉദ്യോഗസ്ഥന്മാരും അനുദ്യോ ഗസ്ഥന്മാരും വന്ന് ജി പിയെ സ്വാധീനിക്കുവാൻ ശ്രമിച്ചു. മുൻ ദിവാൻ നാണുപിള്ളയുടെയും ദിവാൻ പേഷ്കാർ രഘുനാഥ റാവുവിന്റെയും പ്രേര ണയിലാണ് താൻ ദിവാനെതിരായി ലേഖനം എഴുതിയതെന്ന് സമ്മതി ച്ചാൽ ശിക്ഷണ നടപടികളിൽ നിന്ന് ഒഴിവാക്കിത്തരാമെന്നും വീണ്ടും കോളേജിൽ പ്രവേശിപ്പിക്കാമെന്നും അതുമല്ലെങ്കിൽ സർക്കാർ സർവ്വീ സിൽ ജോലി നല്കാമെന്നും എല്ലാം പ്രലോഭിപ്പിച്ചു. എന്നാൽ ജി പി പിള്ള യാതൊരു പ്രലോഭനത്തിനും വഴങ്ങിയില്ല. ദിവാന്റെ ചാരന്മാർ ജി പിയുടെ നീക്കങ്ങൾ നിരീക്ഷിച്ചുകൊണ്ടിരുന്നു.

ഒരു സായാഹ്നത്തിൽ ജി പി തിരുവനന്തപുരം വിട്ടുപോയി. ചാരന്മാ രുടെ കണ്ണുവെട്ടിച്ച് അദ്ദേഹം ചാക്ക വള്ളക്കടവിൽ നിന്നും കൊല്ലത്തും

അവിടെ നിന്ന് എറണാകുളത്തും അവിടെ നിന്ന് മദിരാശിയിലും എത്തി
ച്ചേർന്നു. ജി പി നാടുവിട്ട വിവരം ദിവാൻ ഒരു ഞെട്ടലോടെയാണ് കേട്ടത്.
അദ്ദേഹത്തെ പിടികൂടുവാൻ കൊല്ലത്തും ആലപ്പുഴയിലും വൈക്കത്തു
മുള്ള പൊലീസ് ഇൻസ്പെക്ടർമാർക്ക് ഉത്തരവുകളയച്ചു. ആ ശ്രമം വിഫ
ലമായപ്പോൾ ഒരു പൊലീസ് ഇൻസ്പെക്ടറെ കൊച്ചിയിലേക്ക് അയച്ചു.
എന്നാൽ ഈ സമയം കൊണ്ട് ജി പി മദ്രാസിൽ എത്തിച്ചേർന്നിരുന്നു.

3
മദിരാശിയിൽ

ജി പി മദിരാശിയിൽ എത്തിയ സമയത്ത് സി വി രാമൻപിള്ള നിയമ ബിരുദത്തിന്റെ ഒരു പേപ്പർ എഴുതുന്നതിനുവേണ്ടി മദ്രാസിൽ തങ്ങുന്നു ണ്ടായിരുന്നു. കെ പി ശങ്കരമേനോൻ എന്ന പ്രസിദ്ധനായ ഹൈക്കോ ടതി വക്കീലും അപ്പോൾ മദ്രാസിൽ ഉണ്ടായിരുന്നു. ഇവരുടെ എല്ലാം സഹായത്തോടെ ജി പി പ്രസിഡൻസി കോളേജിൽ പ്രവേശനം തരപ്പെ ടുത്തി. എന്നാൽ ജി പി യുടെ കഷ്ടകാലം അവിടംകൊണ്ട് തീർന്നില്ല. ജി പിയെ തിരക്കി ദിവാന്റെ ചാരന്മാർ മദ്രാസിലും എത്തി.

ഒരു ദിവസം ജി പി ഉച്ചഭക്ഷണത്തിന് പോയ സമയം ഒരു കുതിരവ ണ്ടിയിൽ രണ്ട് പൊലീസ് ഉദ്യോഗസ്ഥന്മാർ പ്രസിഡൻസി കോളേജിന്റെ കവാടത്തിൽ വന്നുചേർന്നു. അവിടെ വിദ്യാർത്ഥികളോട് പരമേശ്വരൻപി ള്ളയെ കണ്ടോ എന്ന് തിരക്കി. പൊലീസ് തന്നെ അന്വേഷിക്കുന്ന വിവരം ജി പി മനസ്സിലാക്കി. അദ്ദേഹം കോളേജിന്റെ പിൻവാതിലിലൂടെ ചാടി രക്ഷപ്പെട്ടു.

മദിരാശിയിലെ തന്റെ സ്നേഹിതന്മാരുടെയും അഭ്യുദയകാംക്ഷിക ളുടെയും സഹായത്തോടെ പൊലീസിന് പിടികൊടുക്കാതെ രക്ഷപ്പെട്ടു നിന്നു. ഹൈക്കോടതി വക്കീലായ കെ പി ശങ്കരമേനോന്റെ സഹായ ത്തോടെ മദ്രാസ് ഹൈക്കോടതിയിൽ ഹാജരാകുകയും തന്നെ അറസ്റ്റ് ചെയ്യുകയാണെങ്കിൽ തിരുവിതാംകൂർ കോടതിയിൽ ഹാജരാക്കരുതെന്നും ബ്രിട്ടീഷ് ഇന്ത്യൻ കോടതിയിൽ വിസ്തരിക്കണമെന്നും അപേക്ഷിച്ചു. കെ പി ശങ്കരമേനോന്റെ സഹായത്തോടുകൂടി അന്നത്തെ മദിരാശി ഗവർണ്ണർ സർ ഗ്രാന്റ് ഡഫിനും അന്ന് മദിരാശിയിലുണ്ടായിരുന്ന തിരു വിതാംകൂർ റസിഡന്റ് ഹാനിങ്ടൺ സായ്പിനും ഓരോ ഹർജി എഴുതി ഉടൻതന്നെ സമർപ്പിച്ചു. നീതിനിഷ്ഠനായ ഗവർണ്ണർ ഉടൻ തന്നെ ഒരു അന്വേഷണം നടത്തുവാൻ ഉത്തരവിടുകയും ഹാനിങ്ടൺ സായ്പ്

എക്സ്ട്രാഡിഷൻ വാറണ്ട് പിൻവലിക്കുകയും തിരുവനന്തപുരത്തുള്ള ഉദ്യോ ഗസ്ഥന്മാർക്ക് ഈ വിവരത്തിന് കമ്പിസന്ദേശം നല്കുകയും ചെയ്തു. ഒടുവിൽ വാറണ്ട് പിൻവലിക്കുകയും ജി പി യുടെ പേരിൽ ഉണ്ടായിരുന്ന അന്യായം തള്ളിക്കളയുകയും ചെയ്തു.

മദിരാശിയിലേക്ക് പുറപ്പെടുമ്പോൾ ജി പിയുടെ കൈയിൽ ഉണ്ടായി രുന്നത് അത്യാവശ്യത്തിന് ഉള്ള വസ്ത്രങ്ങളും കുറെ പുസ്തകങ്ങളും ഒരു പേനയും ആയിരുന്നു. ഈ പേനകൊണ്ടാണ് ജി പി പില്ക്കാലത്ത് വിജയത്തിന്റെ ഇതിഹാസങ്ങൾ എഴുതിയത്.

നിസ്സഹായനും നിസ്വനും ആയി മദ്രാസ് പട്ടണത്തിൽ എത്തിച്ചേർന്ന ജി പി പ്രസിഡൻസി കോളേജിൽ തന്റെ പഠനം പൂർത്തിയാക്കിയത് കൂട്ടു കാരുടെയും അഭ്യുദയകാംക്ഷികളുടെയും സഹായംകൊണ്ടും കുട്ടികൾക്ക് ട്യൂഷൻ നൽകി കിട്ടുന്ന പണംകൊണ്ടും പല പത്രത്തിലും ലേഖനങ്ങൾ പ്രസിദ്ധീകരിച്ച് കിട്ടുന്ന വരുമാനംകൊണ്ടും ആയിരുന്നു.

1888 ൽ 24-ാമത്തെ വയസ്സിൽ അങ്ങനെ പ്രതിസന്ധികളെ തരണം ചെയ്ത് ജി പി, ബി എ ഡിഗ്രി കരസ്ഥമാക്കി. കുറച്ചുകാലം അദ്ദേഹം മദ്രാസ് ഹൈക്കോടതിയിൽ ഒരു പരിഭാഷകനായി ജോലി നോക്കി. മദ്രാ സിൽ കഴിയുമ്പോഴും അദ്ദേഹത്തിന്റെ മനസ്സ് സ്വന്തം നാടായ തിരുവി താംകൂറിലായിരുന്നു. തിരുവിതാംകൂറിൽ അപ്പോഴും പരദേശി ദിവാന്മാ രുടെ അഴിമതി ഭരണം നടമാടുകയായിരുന്നു. ദിവാൻ രാമയ്യങ്കാർ ഉദ്യോഗം ഒഴിഞ്ഞു പോകുകയും തല്സ്ഥാനത്ത് ടി രാമറാവു നിയമിതനാകുകയും ചെയ്തു. എന്നാൽ രാമറാവു അശക്തനും അസമർത്ഥനും ആയിരുന്നു. അദ്ദേഹത്തെ ചുറ്റിപ്പറ്റി ഒരു ഉപജാപകസംഘം തന്നെ വളർന്നു. ശങ്കര പ്പിള്ള എന്ന ശങ്കരൻതമ്പിയും, അനന്തനാരായണൻ എന്ന ശരവണയും ആയിരുന്നു അവരിൽ പ്രമുഖർ. തിരുവിതാംകൂർ ഭരണത്തെപ്പറ്റി തിരുവി താംകൂറിലും പുറത്തും ദുഷ്കീർത്തി പരത്തുന്നതിൽ ഈ രണ്ടു കൊട്ടാരം സേവകന്മാർക്കും ഉള്ള പങ്ക് നിസ്സാരമല്ലായിരുന്നു. ശങ്കരൻതമ്പി വിശാഖം തിരുനാളിന്റെ കാലത്ത് രായസംപിള്ളയായി തിരുവിതാംകൂർ സർവ്വീസിൽ പ്രവേശിച്ചയാളാണ്. വിശാഖം തിരുനാൾ നാടുനീങ്ങി ശ്രീമൂലം തിരുനാൾ രാജ്യഭാരം കൈയേറ്റപ്പോൾ തിരുമുമ്പിൽ സേവ ചെയ്തു ശങ്കരൻതമ്പി കൊട്ടാരത്തിലെ നിത്യച്ചെലവ് കാര്യക്കാരൻ എന്ന സ്ഥാനം വരെ എത്തി. ഇയാളുടെ സുന്ദരിയായ ഭാര്യയിൽ ശ്രീമൂലം തിരുനാൾ രാജാവിന് കണ്ണു ണ്ടായിരുന്നു. ഇതു മനസ്സിലാക്കിയ ശങ്കരൻതമ്പി സ്വന്തം ഭാര്യയെ ഉപേ ക്ഷിച്ചു. പിന്നീട് അവർ ശ്രീമൂലം തിരുനാളിന്റെ പത്നിയായിത്തീരുകയും ചെയ്തു. രാജപത്നിയുടെ സഹോദരിയെ തമ്പി വിവാഹം കഴിച്ചു. ശ്രീമൂലം തിരുനാളിന്റെ കാലത്ത് കുട്ടിപ്പട്ടരായി കൊട്ടാരത്തിൽ വന്നയാ ളാണ് ശരവണ. ശ്രീമൂലം തിരുനാളിൽ ഈ കൊട്ടാരം സേവകൻ അമിത സ്വാധീനം ചെലുത്തിയിരുന്നു. നിരക്ഷരനായ ശരവണ കമഴ്ന്ന് വീണാൽ കാല്പ്പണം തട്ടിയെടുക്കണമെന്ന ഉദ്ദേശ്യക്കാരനായിരുന്നു. തിരുവിതാം കൂർ സർവ്വീസിൽ ജോലി കിട്ടുന്നതിനും എന്തിന്, രാജാവിനെ മുഖം

കാണിക്കുന്നതിനു പോലും ഈ സേവകന് കൈക്കൂലി കൊടുക്കണം എന്ന നില വന്നു.

ഇങ്ങനെ വിടുപണി ചെയ്ത് ഉന്നതങ്ങളിലേക്ക് ഉയർന്ന ഈ രണ്ടു കൊട്ടാരം സേവകന്മാരും ജി പിയുടെ നിശിത വിമർശനത്തിന് പാത്ര മായി. *മദ്രാസ് മെയിൽ, മദ്രാസ് സ്റ്റാൻഡേർഡ്* പത്രങ്ങളിൽ തിരുവിതാം കൂറിൽ നടക്കുന്ന ദുർഭരണത്തെക്കുറിച്ച് ജി പി നിരന്തരം എഴുതിക്കൊ ണ്ടിരുന്നു. ഇത് ഇന്ത്യയുടെ മുഴുവൻ ശ്രദ്ധയും പിടിച്ചുപറ്റി.

ഇതിനിടയിൽ 1887 ഒക്ടോബറിൽ മദ്രാസ് ഗവർണർ ആയിരുന്ന കണ്ണിമാറ പ്രഭു തിരുവിതാംകൂർ സന്ദർശിക്കുന്നതായി വാർത്തപരന്നു. തിരുവിതാംകൂറിലെ ദുർഭരണം കണ്ണിമാറ പ്രഭുവിന്റെ ശ്രദ്ധയിൽ കൊണ്ടു വരണമെന്ന ഉദ്ദേശ്യത്തോടെ ജി പി ഒരു തുറന്ന കത്ത് പ്രസിദ്ധീകരിച്ചു. 'സ്വരാജ്യസ്നേഹി' എന്ന വ്യാജനാമത്തിൽ 'കണ്ണിമാറ പ്രഭുവിന് ഒരു തുറന്ന കത്ത്' എന്ന പേരിലുള്ള ആ കത്തിൽ തിരുവിതാംകൂറിൽ നട ക്കുന്ന അഴിമതിയെപ്പറ്റി അക്കമിട്ട് പറഞ്ഞിരുന്നു. ഈ കത്ത് അന്നത്തെ ഇന്ത്യയിലെ പത്രലോകത്തിന്റെ സവിശേഷ ശ്രദ്ധ പിടിച്ചുപറ്റി. അന്നത്തെ പ്രാദേശിക പത്രങ്ങളും ഇംഗ്ലീഷ് പത്രങ്ങളും എല്ലാം ഈ കത്തിന് വമ്പിച്ച പ്രാധാന്യം നല്കി. ജി പി ക്ക് പിന്തുണയുമായി *ഹിന്ദു* (മദ്രാസ്), *ഇംഗ്ലീ ഷ്മാൻ* (കൽക്കത്ത), *സ്റ്റേറ്റ്മാൻ* (ലാഹോർ), *കർണ്ണാടക പ്രകാശിക* (ബാംഗ്ലൂർ) തുടങ്ങിയ പത്രങ്ങളെല്ലാം രംഗത്തുവന്നു. എന്നാൽ ജി പിയുടെ കത്തിന് ഉദ്ദേശിച്ച ഫലം കിട്ടിയില്ല. എല്ലാവരെയും ഞെട്ടിച്ചുകൊണ്ട് കണ്ണി മാറ പ്രഭു തിരുവിതാംകൂർ ഭരണത്തെ പ്രശംസിക്കുകയും ചെയ്തു. അധികം താമസിയാതെ ശ്രീമൂലം തിരുനാൾ മഹാരാജാവിന് നൈറ്റ് (Knight) പദവി നല്കുകയും ചെയ്തു.

ജി പി വീണ്ടും തിരുവിതാംകൂർ സർക്കാരിനെതിരെ *മദ്രാസ് സ്റ്റാൻഡേർഡ്* പത്രത്തിൽ ലേഖനങ്ങൾ എഴുതിക്കൊണ്ടിരുന്നു. രണ്ടു വർഷങ്ങൾക്കു ശേഷം *തിരുവിതാംകൂർ തിരുവിതാംകൂർകാർക്ക്* എന്ന പേരിൽ ഒരു ലഘുലേഖയും ജി പി പ്രസിദ്ധീകരിച്ചു. ഈ ലഘുലേഖ യിൽ തിരുവിതാംകൂറുകാരെ സർക്കാർ സർവ്വീസിൽ അവഗണിക്കുന്നതും രായർമാർക്കും അയ്യങ്കാർമാർക്കും ജോലിയിൽ മുൻഗണന കൊടുക്കു ന്നതും അക്കമിട്ടു നിരത്തി പറഞ്ഞു. ഈ ലഘുലേഖയിൽ ജി പി ഇങ്ങനെ എഴുതി:

തിരുവിതാംകൂറിലെ ജനങ്ങൾ എന്നും വിദേശികളായ ഒരു സംഘം ഉദ്യോഗസ്ഥന്മാരുടെ ദാസ്യവൃത്തിക്കാരായിരിക്കണമോ? ഈ ലോകം മുഴുവൻ തെരഞ്ഞാലും ഇങ്ങനെ തങ്ങളുടെ രാജ്യത്തിന്റെ ഭരണത്തിൽ ഒരു പ്രധാന പങ്കിൽ നിന്നും പുറന്തള്ളപ്പെട്ട് തങ്ങ ളുടെ ജന്മാവകാശങ്ങൾ നഷ്ടപ്പെട്ട്, ഒരു വിദേശീയ വർഗ്ഗത്തിന് അടിമപ്പെട്ടുകഴിയുന്ന ഒരു ജനതയോ ഒരു രാഷ്ട്രമോ ഒരു ദേശമോ മറ്റെങ്ങും കാണുമെന്നു തോന്നുന്നില്ല. ഈ വിദേശീയ വർഗ്ഗക്ക

രാകട്ടെ, തങ്ങളുടെ കരബലംകൊണ്ട് അവരെ കീഴടക്കിയിട്ടില്ല; തോക്കിന്റെ മുമ്പിൽ അനുസരിപ്പിച്ചിട്ടില്ല; മാനസികമായോ, കായി കമായോ അവരേക്കാൾ മെച്ചമൊന്നുമുള്ളവരുമല്ല. ഒരുപക്ഷേ, പര മ്പരാഗതമായുള്ള രാഷ്ട്രീയബോധത്തിൽ ഈ വിദേശികൾ വളരെ താണപടിയിലല്ലേ നില്ക്കുന്നതെന്നുതന്നെ സംശയിക്കേണ്ടിയിരി ക്കുന്നു. അവർക്ക് ഈ രാജ്യത്തിൽ നാട്ടുകാരുടെ കാരുണ്യത്തിന്റെ തണലിലല്ലാതെ കഴിഞ്ഞു കൂടാൻ തന്നെ യോഗ്യതയില്ല. എന്നിട്ടും അവർ ഇവിടെ അധികാരം പുലർത്തുന്നു. ഇത് പ്രധാനമായിട്ട് അവ രുടെ വർഗ്ഗസ്നേഹം കൊണ്ട് മാത്രമാണ്. ഇതാണ് ഹതഭാഗ്യയായ വഞ്ചിനാടിന്റെ സ്ഥിതി. തിരുവിതാംകൂർ ഒരു കാലത്ത് തിരുവി താംകൂറുകാരുടേതായിരുന്നു. പക്ഷേ, ഇന്ന് അങ്ങനെയല്ല. ഇനി എന്നെങ്കിലും ആയിരിക്കുമോ? നിസ്സഹായരും മർദ്ദിതരുമായ തിരു വിതാംകൂറുകാരുടെ ഈ ദുരവസ്ഥയ്ക്ക് ഒരു പരിഹാരമില്ലേ? നേരിയ ഒരു ആശയ്ക്കെങ്കിലും പഴുതില്ലേ? അതോ എന്നും അവർ ഒരു ചെറിയ സംഘത്തിന്റെ കീഴിൽ അടിമകളായി കിടന്നുഴല ണമോ? അവരുടെ പൂർവ്വികന്മാർ അഭിമാനപൂർവ്വം വച്ചുപുലർത്തി യിരുന്ന രാഷ്ട്രീയ മേധാവിത്വം അവർക്ക് തിരിച്ചുകിട്ടുമെന്ന് അവർ ഒരിക്കലും ആശിക്കപോലും വേണ്ടെന്നോ? കേശവദാസന്മാരു ടെയും വേലുത്തമ്പിമാരുടെയും അയ്യപ്പൻ മാർത്താണ്ഡന്മാരുടെയും ചെമ്പകരാമന്മാരുടെയും ധീരകൃത്യങ്ങളും ഉന്നതമായ മനുഷ്യ സ്നേഹവും നിർദ്ദോഷങ്ങളായ ആവേശങ്ങളും അതിരറ്റ ഔദാ രൃവും സ്വാർത്ഥരഹിതമായ നീതി നിഷ്ഠയും അതുപോലെയുള്ള മറ്റ് ഉന്നത ആദർശങ്ങളും ആവർത്തിക്കപ്പെടുന്ന ഒരു കാലം തിരു വിതാംകൂറിന് ഇനി ഉണ്ടാവുകയില്ലെന്നോ? തിരുവിതാംകൂറിന്റെ മഹത്തായ പാരമ്പര്യം വെറുമൊരു കടങ്കഥയായി പരിണമിക്കു മെന്നോ?

പത്രങ്ങളിൽ ലേഖനങ്ങൾ പ്രസിദ്ധപ്പെടുത്തിയതുകൊണ്ടോ ലഘു ലേഖകൾ പ്രസിദ്ധീകരിച്ചതുകൊണ്ടോ ഒന്നും തിരുവിതാംകൂർ ഭരണം നേരെയാകുന്നില്ല എന്ന യാഥാർത്ഥ്യം ജി പി മനസ്സിലാക്കി. ഇപ്പോഴും തിരുവിതാംകൂർ ഭരണം പരദേശി ബ്രാഹ്മണ്ടുടെ കൈയിൽതന്നെ. യോഗ്യ തയല്ല മാനദണ്ഡം. പരദേശി ബ്രാഹ്മണനാണോ എന്നതാണ് കാര്യം. പര ദേശി ബ്രാഹ്മണനാണെങ്കിൽ നിരക്ഷരനാണെങ്കിലും കുഴപ്പമില്ല. ഇനി എന്താണ് മാർഗ്ഗം എന്ന് ജി പി സ്നേഹിതരുമായി ആലോചിച്ചു. അതിന്റെ ഫലമാണ് തിരുവിതാംകൂർ മെമ്മോറിയൽ അല്ലെങ്കിൽ മലയാളി മെമ്മോ റിയൽ.

4

മലയാളി മെമ്മോറിയൽ

മലയാളി സോഷ്യൽ യൂണിയനും മലയാളിസഭയും

തിരുവിതാംകൂറിലെ നായന്മാരിൽ ആദ്യമായി എം എ പാസായ വിദ്യാർത്ഥിയാണ് പി താണുപിള്ള. അദ്ദേഹം തിരുവനന്തപുരത്തെ മഹാ രാജാസ് കോളേജിൽ അദ്ധ്യാപകനായി ജോലിയിൽ പ്രവേശിച്ചു. പിന്നീട് ദിവാന്റെ ഓഫീസിൽ മാനേജരായി. ഇദ്ദേഹം മുൻകൈയെടുത്ത് സ്ഥാപിച്ച സംഘടനയാണ് മലയാളി സോഷ്യൽ യൂണിയൻ. അഭ്യസ്തവിദ്യരായ നായർ യുവാക്കളായിരുന്നു ഈ സംഘടനയിലെ അംഗങ്ങൾ. നായർ സമു ദായം നേരിട്ടിരുന്ന പ്രശ്നങ്ങൾ ചർച്ച ചെയ്യുകയും, ആനുകാലിക പ്രസ ക്തിയുള്ള വിഷയങ്ങൾ എഴുതി അവതരിപ്പിക്കുകയും ആയിരുന്നു സോഷ്യൽ യൂണിയന്റെ പ്രധാനപരിപാടി. ആദ്യകാലത്ത് തിരുവിതാം കൂർ രാജാവ് ഈ സംഘടനയുടെ രക്ഷാധികാരിയായിരുന്നു. രാജകുടും ബാംഗങ്ങൾ അംഗങ്ങളുമായിരുന്നു. എന്നാൽ മദ്രാസിൽനിന്നും കൊച്ചി യിൽനിന്നും പുറപ്പെട്ടിരുന്ന പത്രങ്ങളിൽ തിരുവിതാംകൂർ ഭരണത്തെ വിമർശിച്ചുകൊണ്ട് തുടരെ ലേഖനങ്ങൾ വന്നതിന്റെ പിന്നിൽ സോഷ്യൽ യൂണിയൻകാരാണെന്നുള്ള സംശയം പ്രബലപ്പെട്ടുവന്നതിനെത്തുടർന്ന് രാജാവും കുടുംബാംഗങ്ങളും ഈ സംഘടനയിൽ നിന്നും പിന്മാറി. സ്ഥാപകനേതാവായ പി താണുപിള്ളയെ തിരുവനന്തപുരത്തുനിന്നും കൊല്ലത്തേക്ക് സ്ഥലംമാറ്റി. തുടർന്ന് സി കൃഷ്ണപിള്ള സംഘടനയുടെ നേതൃത്വം ഏറ്റെടുത്തു. അദ്ദേഹത്തിന്റെ കാലത്താണ് മലയാളി സോഷ്യൽ യൂണിയൻ മലയാളി സഭയായി മാറിയത്. ഈ സഭയും നായർ സമുദായ ത്തിന്റെ പ്രശ്നങ്ങൾ ചർച്ച ചെയ്യുകയും പരിഹാരത്തിനായി പരിശ്രമി ക്കുകയും ചെയ്തു. മരുമക്കത്തായം, വിവാഹബിൽ, ജന്മി-കുടിയാൻ പ്രശ്നം മുതലായ വിഷയങ്ങളാണ് പ്രധാനമായും ചർച്ച ചെയ്തിരുന്ന ത്. സി വി രാമൻപിള്ളയുടെ പത്രാധിപത്യത്തിൽ *മലയാളി* എന്ന പത്രവും

മലയാളിസഭയുടെ ആഭിമുഖ്യത്തിൽ പ്രസിദ്ധീകരിച്ചു. ഈ 'മല
യാളിസഭ'യുടെ നേതൃത്വത്തിലാണ് മലയാളി മെമ്മോറിയൽ രാജാവിന്
സമർപ്പിച്ചത്.

തിരുവിതാംകൂറിന്റെ ഭരണ കാര്യങ്ങളിൽ നായർ സമുദായത്തിന്
വലിയ മേൽക്കൈ ഉണ്ടായിരുന്നു. എന്നാൽ പിന്നീട് ഇത് കുറഞ്ഞുവന്നു.
അനിഴം തിരുനാൾ മാർത്താണ്ഡവർമ്മ മഹാരാജാവ് രാമയ്യൻ എന്ന തമിഴ്
ബ്രാഹ്മണനെ ദളവയായും കുളച്ചൽ യുദ്ധത്തിൽ താൻ പരാജയപ്പെടു
ത്തുകയും തടവുകാരനായി പിടിക്കുകയും ചെയ്ത ക്യാപ്റ്റൻ ഡി
ലിനോയ് എന്ന യൂറോപ്യനെ സ്വന്തം സൈന്യത്തിന്റെ നവീകരണത്തി
നായി നിയമിക്കുകയും ചെയ്തതോടെ തിരുവിതാംകൂർ ഭരണത്തിൽ
നായർ പ്രാമാണ്യത്തിന് ഇടിവ് സംഭവിക്കുകയും പരദേശ ബ്രാഹ്മണർക്ക്
മേധാവിത്വം ലഭിക്കുകയും ചെയ്തു. ഇത് നായർ സമുദായത്തിൽ അസം
തൃപ്തിയും അസ്വസ്ഥതയും ഉളവാക്കി. യൂറോപ്യൻമിഷനറി സംഘങ്ങ
ളായ എൽ എം എസ്, സി എം എസ് തുടങ്ങിയവയുടെ പ്രവർത്തനഫല
മായി തിരുവിതാംകൂറിൽ പാശ്ചാത്യവിദ്യാഭ്യാസത്തിനുള്ള സൗകര്യങ്ങൾ
വർദ്ധിച്ചുവരികയും വളരെയധികം നായർ യുവാക്കൾ ആധുനികരീതി
യിലുള്ള വിദ്യാഭ്യാസം നേടുകയും ചെയ്തു.

വിദ്യാസമ്പന്നരായ യുവാക്കൾക്ക് ഏക അവലംബം സർക്കാർ ജോലി
യായിരുന്നു. എന്നാൽ തിരുവിതാംകൂറിലെ സർക്കാർ ജോലിയിൽ നല്ല
പങ്കും ദിവാന്മാരായിവന്ന പരദേശ ബ്രാഹ്മണർ അവരുടെ ബന്ധുക്കൾക്കും
സിൽബന്ധികൾക്കും യാതൊരു മാനദണ്ഡവും നോക്കാതെ വീതം വെച്ചു
കൊടുത്തു.

തിരുവിതാംകൂറിൽ ഈ രാഷ്ട്രീയ കാലാവസ്ഥ നിലനില്ക്കുമ്പോ
ഴാണ് ജി പി പിള്ള പരദേശി ദിവാന്മാരുടെ ദുർഭരണത്തെപ്പറ്റിയും സ്വജ
നപക്ഷപാതത്തെപ്പറ്റിയും എല്ലാം പത്രങ്ങളിൽ എഴുതി പ്രസിദ്ധീകരിച്ചു
കൊണ്ടിരുന്നത്. ഇത് കഴിഞ്ഞ അദ്ധ്യായത്തിൽ വിവരിച്ചിട്ടുള്ളതാണ്. പത്ര
ങ്ങളിലൂടെയുള്ള വിമർശനങ്ങൾ കൊണ്ടോ ലഘുലേഖവഴിയുള്ള ആക്ര
മണങ്ങൾ കൊണ്ടോ ഫലമില്ലെന്ന് മനസ്സിലാക്കിയ ജി പി അടുത്ത പടി
യെന്ന നിലയിൽ ജനങ്ങളുടെ ആവലാതികൾ രാജാവിനെ നേരിട്ട് ധരി
പ്പിക്കാൻ തീരുമാനിച്ചു. ഇതിനുവേണ്ടി തിരുവിതാംകൂറിലെ ജനങ്ങളുടെ
ജാതി തിരിച്ചുള്ള സംഖ്യാ കണക്കും ഓരോ ജാതിയിലുംപെട്ടവർക്ക് തിരു
വിതാംകൂർ സർവ്വീസിൽ ഉള്ള പ്രാതിനിധ്യവും എല്ലാം പട്ടികയായി തയ്യാ
റാക്കി. ഈ ഉദ്യമത്തിൽ ജി പി യെ സഹായിച്ചത് സി വി രാമൻപിള്ള,
കെ പി ശങ്കരമേനോൻ, സി നാരായണപിള്ള, ഡോ. പല്പു മുതലായവ
രായിരുന്നു. സി വി രാമൻപിള്ള തന്റെ ആദ്യ നോവലായ *മാർത്താണ്ഡ
വർമ്മ*യുടെ പ്രസിദ്ധീകരണവുമായി ബന്ധപ്പെട്ട് അന്ന് മദ്രാസിൽ ഉണ്ടാ
യിരുന്നു. കെ പി ശങ്കരമേനോൻ മദ്രാസ് ഹൈക്കോടതിയിൽ വക്കീലായി
പ്രാക്ടീസ് ചെയ്യുന്നുണ്ടായിരുന്നു. സി നാരായണപിള്ള സ്കൂൾ
ഇൻസ്പെക്ടറായി തിരുവിതാംകൂറിൽ ജോലി നോക്കിവരികയായിരുന്നു.

ഡോക്ടർ പല്പു മദ്രാസിൽ വാക്സിൻ സൂപ്രണ്ടായി ജോലി നോക്കിവ രികയായിരുന്നു. മലയാളിമെമ്മോറിയലിൽ മൂന്നാം പേരുകാരനായി ഒപ്പി ട്ടിരിക്കുന്നത് ഡോ. പല്പുവാണ്. അദ്ദേഹം മെമ്മോറിയലിന്റെ ചെലവി നായി 101 രൂപ സംഭാവന നല്കി. മെമ്മോറിയൽ രാജാവിന് സമർപ്പിക്കാ നുള്ള ഉത്തരവാദിത്വം കെ പി ശങ്കരമേനോൻ ഏറ്റെടുത്തു. തിരുവിതാം കൂർ സർവ്വീസിൽ നാട്ടുകാർ തിരസ്കരിക്കപ്പെടുകയും പരദേശികൾ മുൻകൈ നേടുകയും ചെയ്യുന്നത് രാജാവിനെ ധരിപ്പിക്കുക എന്നതായി രുന്നു മെമ്മോറിയലിന്റെ ലക്ഷ്യം.

ഇതിനായി തയ്യാറാക്കിയ പട്ടികയിൽ ചിലത് താഴെ ഉദ്ധരിക്കാം.

ജാതി	സംഖ്യ	ഉദ്യോഗത്തിന്റെ ആകത്തുക	ആകെയുള്ള ജനസംഖ്യയിൽ
മലയാള ഹിന്ദുക്കൾ	1,43,6835	61	23554 പേരിൽ ഒരാൾ
പരദേശ ഹിന്ദുക്കൾ	318775	120	2656
ക്രിസ്ത്യാനികൾ	408542	65	7669

പരദേശ ബ്രാഹ്മണരുടെ അധികത്വം താഴെ ചേർത്തിരിക്കുന്ന പട്ടി കയിൽ വെളിപ്പെടുന്നതാണ്.

	1000 രൂപ മേൽ 2000 രൂപവരെ ശമ്പളമുള്ളവർ	1000 രൂപ	700	600	500	400	300	200 മുതൽ 300 വരെ	150 മുതൽ 200 വരെ	100 മുതൽ 150 വരെ	150 മുതൽ 100 വരെ
മലയാള ഹിന്ദുക്കൾ	0	0	0	0	1	1	2	3	12	12	24
പരദേശ ബ്രാഹ്മണർ	2	1	1	1	2	2	2	5	8	20	36

ഒന്നാം പട്ടികയ്ക്ക് ശേഷം രാജാവിനെ ഇങ്ങനെ അറിയിക്കുന്നു. 50 രൂപയ്ക്കുമേൽ ശമ്പളം ഉള്ളതായി സംസ്ഥാനത്തെ ആകെ 279 ഉദ്യോഗ ങ്ങൾ ഉണ്ട്. ഇതിൽ 33 ഉദ്യോഗം യൂറോപ്യന്മാരാൽ വഹിക്കപ്പെട്ടുവരു ന്നത് നീക്കി 246 ഉള്ളതിൽ 61 മലയാള ഹിന്ദുക്കളാലും 120 പരദേശ ഹിന്ദു ക്കളാലും 65 ക്രിസ്ത്യാനികളാലും വഹിക്കപ്പെടുന്നു.

തിരുവായ്ക്ക് എതിർവാ ഇല്ലെന്ന മട്ടിൽ രാജാവിന്റെ മുമ്പിൽ പഞ്ച പുച്ഛമടക്കി നിന്നിട്ടുള്ള തിരുവിതാംകൂറുകാരനെ ഇതുപോലുള്ളൊരു നിവേദനത്തിൽ ഒപ്പിടുവിക്കുക എന്നുള്ളത് ക്ലേശകരമായ ഒരുകാര്യമാ

യിരുന്നു. ഇതിന് വമ്പിച്ച പ്രചരണം ആവശ്യമാണെന്ന് ജി പി മനസ്സി ലാക്കി.

തിരുവിതാംകൂറിന്റെ തെക്കെ അതിർത്തിയായ കൽക്കുളം തൊട്ട് വടക്കെ അതിർത്തിയായ പറവൂർ വരെയുള്ള പ്രദേശങ്ങളിൽ യോഗങ്ങൾ സംഘടിപ്പിക്കുവാൻ ജി പിയും സ്നേഹിതന്മാരും തീരുമാനിച്ചു. സംഘാ ടകരെപ്പോലും അമ്പരപ്പിച്ചുകൊണ്ട് തിരുവിതാംകൂറിലെ നായന്മാരും നമ്പൂ തിരിമാരും സുറിയാനി ക്രിസ്ത്യാനികളും നാഞ്ചിനാട് ശൂദ്രന്മാരും ലത്തീൻ കത്തോലിക്കരും എല്ലാം പ്രസ്തുത യോഗങ്ങളിൽ പങ്കെടുത്തു. പറവൂർ പള്ളി വികാരിയായിരുന്ന റവ. ഫാദർ ടി സി ഹിലേറിയന്റെ അദ്ധ്യക്ഷത യിലാണ് പറവൂർ യോഗം നടന്നത്. കോട്ടയത്ത് പുലിക്കോട്ടിൽ രണ്ടാ മൻ മെത്രാപ്പൊലീത്തായും കണ്ടത്തിൽ വറുഗീസ് മാപ്പിളയും ആലപ്പുഴ യിൽ കുമാരമംഗലത്ത് നീലകണ്ഠൻ നമ്പൂതിരിപ്പാടും കൊല്ലത്ത് കാവാലം നീലകണ്ഠപിള്ളയും നാഗരുകോവിലിൽ എസ് ശിവൻപിള്ളയും ആയി രുന്നു അദ്ധ്യക്ഷന്മാർ. തിരുവനന്തപുരം യോഗത്തിൽ അദ്ധ്യക്ഷൻ ടി എഫ് ലോയ്ഡ് എന്നൊരു ആംഗ്ലോ ഇന്ത്യനായിരുന്നു.

തിരുവിതാംകൂർ മെമ്മോറിയലിന്റെ രണ്ട് രാഷ്ട്രീയ പ്രാധാന്യങ്ങൾ ഇവിടെ എടുത്തു കാട്ടേണ്ടിയിരിക്കുന്നു. ഒന്ന് തിരുവിതാംകൂറിൽ ആദ്യ മായി പ്രജകൾ അവരുടെ ആവലാതികൾ ജനാധിപത്യരീതിയിൽ തങ്ങ ളുടെ രാജാവിന്റെ ശ്രദ്ധയിൽ കൊണ്ടുവന്നു.

രണ്ടാമത്തേതാണ് കൂടുതൽ ശ്രദ്ധേയം. മെമ്മോറിയലിൽ ഈഴവ രുടെ പ്രശ്നങ്ങൾ ഒരു പ്രത്യേക ഖണ്ഡികയായി എഴുതിച്ചേർത്തു. എസ് എൻ ഡി പി പ്രസ്ഥാനത്തിന്റെ സ്ഥാപകനേതാക്കളിൽ ഒരാളായ ഡോക്ടർ പല്പുവിന്റെ ആവശ്യപ്രകാരം ജി പി പിള്ളയാണ് ഇതിന് മുൻകൈയെ ടുത്തത്. മെമ്മോറിയൽ സമർപ്പിക്കുന്ന 1891 കാലത്ത് തിരുവിതാംകൂറിൽ നിലനിന്നിരുന്ന ജാതി കീഴ്‌വഴക്കം മനസ്സിലാക്കിയാൽ മാത്രമേ ഇതിന്റെ രാഷ്ട്രീയ പ്രാധാന്യം വെളിപ്പെടുകയുള്ളൂ. ഓരോ ജാതിക്കാരും സമൂഹ ത്തിലെ അവരുടെ നിലയനുസരിച്ച് തങ്ങളേക്കാൾ ഉയർന്ന ജാതിക്കാ രിൽ നിന്ന് ഇത്ര അടി അകലം പാലിച്ചിരിക്കണം എന്ന കീഴ്‌വഴക്കം ഉണ്ടാ യിരുന്നു. നമ്പൂതിരിമാരിൽ നിന്നും നായന്മാർ 16 അടി മാറി നില്ക്കണം. ഈഴവർ 32 അടിയും പുലയർ, പറയർ തുടങ്ങിയവർ 64 അടിയും മാറി നില്ക്കണം. ഈഴവർ നായന്മാരിൽനിന്നും 16 അടി അകലെ മാറി നില്ക്ക ണം ഇതായിരുന്നു കീഴ്‌വഴക്കം.

ജി പി പിള്ളയെപ്പോലെയുള്ളവർ ജാതിക്ക് അതീതമായി ചിന്തിക്കു കയും പ്രവർത്തിക്കുകയും ചെയ്തവരാണ്. ഡോക്ടർ പല്പുവും ജി പി പിള്ളയും ആത്മമിത്രങ്ങളായിരുന്നു. അതുകൊണ്ടാണ് ഈഴവരുടെ ആവ ലാതികൾ ബോധിപ്പിക്കാൻ ജി പി പിള്ള പ്രത്യേകം ഒരു ഖണ്ഡിക എഴുതി ചേർത്തത്. ഒരുപക്ഷേ, ഒരു അവർണ്ണന്റെ അവകാശത്തിനുവേണ്ടി തിരു വിതാംകൂറിൽ ആദ്യം ഉയർന്ന സവർണ്ണ ശബ്ദം ജി പിയുടേതാവാം. മല യാളി മെമ്മോറിയലിൽ ഈഴവരെ സംബന്ധിക്കുന്ന ഭാഗം താഴെ ഉദ്ധരി ക്കുന്നു.

തീയരെ നിയമിക്കപ്പെടാവുന്ന ഉദ്യോഗങ്ങൾക്ക് ദൗർല്ലഭ്യം ഇല്ലാ തിരിക്കെ ശേഷിയും സാമർത്ഥ്യവുമുള്ള വളരെ ജനങ്ങളുള്ള ഈ സമുദായത്തിൽ 5 രൂപയ്ക്ക് കൂടുതലായുള്ള ശമ്പളത്തിൽ ഒരാൾപോലുമില്ല. എന്നാൽ മലബാറിൽ സ്വദേശികളെ സ്ഥിതി ചെയ്യാവുന്ന ഉന്നത സ്ഥാനങ്ങളിൽ വളരെ തീയർ ഉണ്ടെന്നുള്ളതു സ്പഷ്ടമാണല്ലോ?

മലയാളി മെമ്മോറിയലിന്റെ മലയാള പരിഭാഷ നിർവ്വഹിച്ചിട്ടുള്ളത് സി വി രാമൻ പിള്ളയാണ്. എർഡിലി നോർട്ടൺ എന്ന പ്രസിദ്ധനായ ഇംഗ്ലീഷ് അഭിഭാഷകനാണ് മെമ്മോറിയലിന്റെ നിയമപരമായ വശങ്ങൾ പരിശോധിച്ചത്. പതിനായിരത്തി മുപ്പത്തേഴ് പേർ മെമ്മോറിയലിൽ ഒപ്പിട്ടു.

മലയാളി മെമ്മോറിയലും മറ്റ് അനുബന്ധ രേഖകളും ജി പി പുസ്ത കരൂപത്തിൽ പ്രസിദ്ധപ്പെടുത്തി. അത് ഇന്ത്യയൊട്ടുക്കുള്ള പ്രധാന പത്ര ങ്ങളുടെ പിന്തുണ ആർജ്ജിക്കുകയും ചെയ്തു. *മദ്രാസ് മെയിൽ, മദ്രാസ് ടൈംസ്, കൽക്കത്തായിലെ സ്റ്റേറ്റ്സ് മാൻ, മോർണിങ്ങ് പോസ്റ്റ്, പഞ്ചാബ് പേട്രിയറ്റ്, ഇംഗ്ലീഷ്മാൻ* തുടങ്ങിയ പത്രങ്ങൾ മെമ്മോറിയലിനെ ശക്തി യായി അനുകൂലിച്ചു. കെ പി ശങ്കരമേനോനാണ് പ്രസ്തുത മെമ്മോറി യൽ രാജാവിന് സമർപ്പിച്ചത്. എന്നാൽ തിരുവിതാംകൂർ സർക്കാരിൽ നിന്നും മെമ്മോറിയലുകാർക്ക് ലഭിച്ച മറുപടി തികച്ചും നിരാശാജനകമാ യിരുന്നു. എന്നാൽ മെമ്മോറിയലിൽ ആവശ്യപ്പെട്ടിരുന്ന സംഗതികളെ പറ്റി ആലോചിക്കുന്നതിന് ഒരു നിവേദക സംഘത്തെ സ്വീകരിക്കാമെന്ന് രാജാവ് സമ്മതിച്ചു. അതനുസരിച്ച് കെ പി പത്മനാഭമേനോൻ, ജി പി പിള്ള, നിധിരിവക്കീൽ, എൻ കെ പത്മനാഭപിള്ള, ശിവൻപിള്ള, കാവാലം നീലകണ്ഠപ്പിള്ള എന്നിവർ ജൂലൈ 2 ന് ദിവാൻജിയെ സന്ദർശിച്ച് മെമ്മോ റാണ്ടം സമർപ്പിച്ചു.

ഇതിനിടയിൽ മെമ്മോറിയലിന് എതിരായി ഒരു എതിർ മെമ്മോറി യലും രൂപപ്പെട്ടുവന്നു. ഹൈക്കോടതി വക്കീലന്മാരായ ഇ രാമയ്യർ, ആർ രംഗനാഥറാവു എന്നിവരുടെ നേതൃത്വത്തിലായിരുന്നു എതിർ മെമ്മോറി യൽ. പരദേശ ബ്രാഹ്മണരും യാഥാസ്ഥിതികരായ കുറേ നായർ സമുദാ യക്കാരും സുറിയാനി ക്രിസ്ത്യാനികളും ചാന്നാന്മാരും ഈഴവരും മുസ്ലീ ങ്ങളും എല്ലാം എതിർ മെമ്മോറിയലിൽ ഒപ്പിട്ടു. മെമ്മോറിയലുകാരുടെ വാദം പൊള്ളയാണെന്നും മാർത്താണ്ഡവർമ്മ മഹാരാജാവിന്റെ കാലം തൊട്ട് പരദേശ ബ്രാഹ്മണർ തിരുവിതാംകൂറിനെ സേവിക്കുന്നുണ്ടെന്നും ബ്രാഹ്മണരുടെ ബുദ്ധിയും സാമർത്ഥ്യവും തിരുവിതാംകൂറിന്റെ പുരോഗ തിക്ക് കാരണമായിട്ടുണ്ടെന്നും മെമ്മോറിയലുകാർ രാജാധികാരത്തെയും ബ്രാഹ്മണരുടെ പരിശുദ്ധിയെയും വെല്ലുവിളിക്കുകയാണെന്നും എതിർ മെമ്മോറിയലുകാർ ആരോപിച്ചു. എതിർ മെമ്മോറിയലുകാരുമായി ദിവാൻ കൂടിക്കാഴ്ച നടത്തി. പിറ്റേ ദിവസം മലയാളി മെമ്മോറിയലുകാർ ശ്രീമൂലം തിരുനാൾ മഹാരാജാവിനെക്കണ്ട് സംഭാഷണം നടത്തി. എന്നാൽ മെമ്മോ

റിയലുകാർ ആവശ്യപ്പെട്ട കാര്യങ്ങൾ നടപ്പാക്കുന്നതിന് രാജാവ് ഉറ പ്പൊന്നും നല്കിയില്ല.

ഇതിനിടയിൽ ടി രാമറാവു ദിവാൻ സ്ഥാനത്തുനിന്ന് വിരമിക്കുകയും എസ് ശങ്കരസുബ്ബയ്യർ തിരുവിതാംകൂർ ദിവാനായി അധികാരം ഏല്ക്കു കയും ചെയ്തു. ശങ്കരസുബ്ബയ്യരുടെ സ്ഥാനാരോഹണം നായർ സമുദായം വലിയ ആഹ്ലാദത്തോടെ സ്വാഗതം ചെയ്തു. തിരുവിതാംകൂറിലെ സർക്കാർ സർവ്വീസിൽ അഭ്യസ്തവിദ്യരായ നായർ യുവാക്കളെ കൂടുത ലായി നിയമിച്ച് നായർസമുദായത്തെ അനുരഞ്ജിപ്പിക്കാൻ ശങ്കരസുബ്ബ യ്യർ ആവതും ശ്രമിച്ചു. ഇതോടുകൂടി മലയാളി മെമ്മോറിയൽ കാലത്ത് തിരുവിതാംകൂറിൽ ഉരുണ്ടുകൂടി വന്ന നായർ ബ്രാഹ്മണ സമരം അനുര ഞ്ജനത്തിലേക്ക് നീങ്ങി.

എന്നാൽ അഭ്യസ്തവിദ്യരായ ഈഴവരുടെ ഇടയിൽ അസംതൃപ്തി നീറിപ്പുകയുകയായിരുന്നു. മലയാളി മെമ്മോറിയൽ സമർപ്പണം കൊണ്ട് ഈഴവ സമുദായം ഒന്നും നേടിയില്ല. തിരുവിതാംകൂറിലെ ജാതിവ്യവസ്ഥ കൊണ്ട് ഏറ്റവും അധികം അവഗണന അനുഭവിക്കേണ്ടിവന്ന ഒരു കുടും ബമാണ് ഡോക്ടർ പല്പുവിന്റേത്. തന്റെ സമുദായത്തിന്റെ പരിതാപക രമായ അവസ്ഥ രാജാവിനെ അറിയിക്കുന്നതിന് വേണ്ടി ഡോക്ടർ പല്പു ഈഴവ സമുദായത്തിനായി മാത്രം ഒരു മെമ്മോറിയൽ തയ്യാറാക്കി. ഇതാണ് ഈഴവ മെമ്മോറിയൽ എന്ന പേരിൽ തിരുവിതാംകൂർ ചരിത്ര ത്തിൽ അറിയപ്പെടുന്നത്. തിരുവിതാംകൂർ ചരിത്രം തിരുത്തിക്കുറിക്കുന്ന തിൽ ജി പി പിള്ളയെപ്പോലെ പല്പുവും സുപ്രധാന പങ്ക് വഹിച്ചിട്ടുണ്ട്. അദ്ദേഹത്തിന്റെ പ്രവർത്തനത്തെക്കുറിച്ചുകൂടി പരാമർശിച്ചുകൊണ്ടല്ലാതെ ഈ ലഘുഗ്രന്ഥം പൂർത്തീകരിക്കുവാൻ സാധിക്കുകയില്ല.

5

ഈഴവ മെമ്മോറിയലും
ജി പി പിള്ളയും

ആയിരത്തിയെണ്ണൂറ്റി അറുപത്തി മൂന്നിൽ തിരുവനന്തപുരം പേട്ട
യിൽ ഉള്ള തച്ചക്കുടി എന്ന ഈഴവ കുടുംബത്തിലാണ് പല്പുവിന്റെ
ജനനം. അച്ഛൻ തച്ചക്കുടി പപ്പു എന്നു വിളിച്ചുവന്നിരുന്ന പത്മനാഭനും
അമ്മ പപ്പമ്മയും ആയിരുന്നു. പപ്പു ബുദ്ധിമാനും അതിസമർത്ഥനുമായി
രുന്നു. ജീവിതത്തിൽ ഉയർന്നു വരണമെന്ന് അദ്ദേഹത്തിന് അതിയായ
ആശയുണ്ടായിരുന്നു. അദ്ദേഹം ചെറിയ ചെറിയ ഗവൺമെന്റ്
കോൺട്രാക്ട് ജോലികൾ എടുത്ത് നടത്തിയിരുന്നതിൽ നിന്ന് കിട്ടിയി
രുന്ന തുച്ഛ വരുമാനംകൊണ്ട് കുടുംബം ഒരുവിധം പുലർത്തിപ്പോന്നിരുന്നു.
ചില ഇംഗ്ലീഷ് മിഷനറിമാരുടെ സഹായത്തോടെ ഇംഗ്ലീഷ് ഭാഷയിൽ
ഒരുവിധം അറിവ് സമ്പാദിച്ചു. അങ്ങനെയിരിക്കുമ്പോൾ തിരുവിതാംകൂർ
ലീഗൽ സർവ്വീസിൽ യോഗ്യരായ ആളുകളെ നിയമിക്കുന്നതിന് ആളെ
എടുക്കുന്നതായി ഗസറ്റ് വിജ്ഞാപനം വന്നു. ഇതു കണ്ട പപ്പു ലീഗൽ
സർവ്വീസ് പരീക്ഷയ്ക്കുവേണ്ടി സർക്കാരിൽ പണം അടച്ച് മറുപടിക്കു
വേണ്ടി കാത്തിരുന്നു. വളരെ നാളായി മറുപടി ഒന്നും കാണാത്തതിനാൽ
അന്വേഷിച്ചപ്പോൾ താഴ്ന്ന ജാതിക്കാരനായതുകൊണ്ട് സർക്കാർ സർവ്വീ
സിൽ എടുക്കാൻ നിർവ്വാഹം ഇല്ലെന്നും താഴ്ന്ന ജാതിക്കാരെ സർക്കാർ
സർവ്വീസിൽ എടുത്താൽ സവർണ്ണരിൽനിന്നും എതിർപ്പ് ഉണ്ടാകുമെന്നും
അറിഞ്ഞു. ഭഗ്നാശനായിത്തീർന്ന അദ്ദേഹം തന്റെ മക്കളെ എങ്കിലും നല്ല
നിലയിൽ എത്തിക്കണം എന്ന ആശയോടെ മക്കളുടെ വിദ്യാഭ്യാസത്തിൽ
അതീവ ശ്രദ്ധ പുലർത്തി. ഇതിനിടയിൽ അദ്ദേഹത്തിന്റെ കോൺട്രാക്ട്
പണികൾ നഷ്ടത്തിലാകുകയും മക്കളുടെ വിദ്യാഭ്യാസം മുമ്പോട്ടുകൊ
ണ്ടുപോകുവാൻ നന്നേ ബുദ്ധിമുട്ടുകയും ചെയ്തു. എങ്കിലും തന്റെ മക്കൾ
പഠിച്ച് വലിയ നിലയിൽ വന്നു കാണാനുള്ള പിതാവിന്റെ ആഗ്രഹം
നിമിത്തം പട്ടിണിയോട് പൊരുതി അദ്ദേഹം അവരെ സ്കൂളിൽ ചേർത്തു

ഡോ. പല്പു

പഠിപ്പിച്ചു. പല്പു പേട്ടയിൽ രാമൻപിള്ളയാശാന്റെ കുടിപ്പ ള്ളിക്കൂടത്തിൽ ചേർന്ന് നില ത്തെഴുത്ത് പഠിച്ചു. പല്പു പഠി ത്തത്തിൽ അതിസമർത്ഥനായി രുന്നതുകൊണ്ട് ആശാന്റെ പ്രത്യേക സ്നേഹത്തിന് പാത്ര മായി. കുടിപ്പള്ളിക്കൂടത്തിലെ പഠിത്തം കഴിഞ്ഞപ്പോൾ പല്പു വിനെ ഇംഗ്ലീഷ് പഠിപ്പിക്കണ മെന്ന് പിതാവിന് കലശലായ ആഗ്രഹം ഉണ്ടായി. എന്നാൽ അദ്ദേഹത്തിന്റെ അപ്പോഴത്തെ സ്ഥിതി അതിനു യോജിച്ചതല്ലാ യിരുന്നു. ആ കാലത്ത് ഫെർണാ ണ്ടസ് എന്നു പേരായ ഒരു ആംഗ്ലോ ഇന്ത്യൻ പേട്ടയിൽ കുട്ടികളെ ഇംഗ്ലീഷ് പഠിപ്പിച്ചിരുന്നു. നാലു ചക്രമായിരുന്നു ഒരു മാസത്തെ ഫീസ്. എന്നാൽ ആ നാലു ചക്രം പോലും കൃത്യസമയത്ത് കൊടുക്കാൻ പല്പുവിന് കഴിഞ്ഞില്ല. എങ്കിലും പല്പു വിന്റെ ബുദ്ധിശക്തിയും പഠിത്തത്തിലുള്ള ഉത്സാഹവും മനസ്സിലാക്കിയ ആ ഗുരുനാഥൻ പലപ്പോഴും ഫീസ് ഇളച്ചുകൊടുക്കുകയും പുസ്തക ങ്ങൾ വാങ്ങിച്ചു കൊടുക്കുകയും ചെയ്തിരുന്നു. പിന്നീട് പല്പു തിരുവ നന്തപുരത്തുള്ള ഇംഗ്ലീഷ് സ്കൂളിൽ ചേർന്നു പഠിച്ചു. അവിടെയും അദ്ദേ ഹത്തിന് ജാതിവിവേചനം അനുഭവിക്കേണ്ടിവന്നു. പല്പുവിനെ അവ സാന ബഞ്ചിൽ ഒറ്റയ്ക്കാണ് ഇരുത്തിയിരുന്നത്. എങ്കിലും എതിർപ്പുകളും അവഗണനകളും നേരിട്ട് പഠിത്തത്തിൽ മുമ്പനായി. 1883 ൽ മെട്രിക്കുലേ ഷൻ പരീക്ഷ പാസായി. കോളേജിൽ ചേർന്ന് പഠിക്കുവാൻ പല്പു ആഗ്ര ഹിച്ചു. പണത്തിന്റെ ഞെരുക്കംകൊണ്ട് അദ്ദേഹത്തിന് ആദ്യവർഷം കോളേജ് വിദ്യാഭ്യാസം പൂർത്തിയാക്കുവാൻ കഴിഞ്ഞില്ല. എന്നാൽ പല്പു കുട്ടികൾക്ക് ട്യൂഷൻ എടുത്തും പലരുടെയും സഹായംകൊണ്ടും പഠന ത്തിന് അത്യാവശ്യമുള്ള പണം ഉണ്ടാക്കി. അടുത്ത വർഷം കോളേജ് വിദ്യാഭ്യാസം തുടർന്നു. അതിനിടയിൽ തിരുവിതാംകൂർ ഗസറ്റിൽ ഒരു വിജ്ഞാപനം കണ്ടു. സർക്കാർ മെഡിക്കൽ സ്കൂളിൽ ചേരുന്നതിന് യോഗ്യരായ ആളുകളെ കണ്ടെത്തുന്നതിന് ഒരു പരീക്ഷ നടത്തുന്നുവെ ന്ന്. പല്പുവും പരീക്ഷയ്ക്ക് ഇരിക്കുന്നതിനുവേണ്ടി ഫീസ് അടച്ചു. പരീക്ഷ കഴിഞ്ഞു. പല്പു ഉയർന്ന നിലയിൽ പാസായി. എന്നാൽ തെര ഞ്ഞെടുത്തവരുടെ ലിസ്റ്റ് പുറത്തുവന്നപ്പോൾ പല്പുവിന്റെ പേർ ഇല്ല. കാരണം അന്വേഷിച്ചപ്പോൾ പ്രായം കൂടിപ്പോയി എന്നു പറഞ്ഞൊഴിയാൻ ശ്രമിച്ചു. എന്നാൽ പല്പു പ്രായം തെളിയിക്കുന്നതിനുള്ള സർട്ടിഫിക്കറ്റ്

റസിഡൻസി സർജ്ജനിൽ നിന്നും ഹാജരാക്കി. ഇതോടെ പൂച്ച് പുറത്താ
യി. പല്പു താഴ്ന്ന ജാതിക്കാരനായതാണ് യഥാർത്ഥ കാരണം.

മെഡിക്കൽ സ്കൂളിൽ ചേർത്താൽ അദ്ദേഹം പാസാകുമെന്ന് ഉറ
പ്പാണ്. അപ്പോൾ അദ്ദേഹത്തെ തിരുവിതാംകൂറിൽ തന്നെ ഡോക്ടർ ആയി
നിയമിക്കേണ്ടി വരും. അത് തിരുവിതാംകൂറിലെ സവർണ്ണ മേധാവികൾക്ക്
സഹിക്കാവുന്നതിലും അപ്പുറത്താണ്. അതുപോലൊരു സ്ഥിതിവിശേഷം
ഒഴിവാക്കാനാണ് പല്പുവിനെ മെഡിക്കൽ പരീക്ഷയിൽത്തന്നെ അയോ
ഗ്യനാക്കിയത്. എന്നാൽ പല്പു ഇതുകൊണ്ടൊന്നും തളർന്നുപോയില്ല.
എങ്ങനെയും ഡോക്ടറാകുകതന്നെ ചെയ്യുമെന്ന് തീരുമാനിച്ചു. അന്ന്
മദിരാശി മെഡിക്കൽ കോളേജിൽ പ്രവേശനം ലഭിക്കുന്നതിന് ജാതി
തടസ്സമായിരുന്നില്ല. എന്നാൽ അവിടെയും പണം ഒരു വലിയ പ്രശ്നമായി
വന്നു. അമ്മയുടെ ആഭരണങ്ങൾ എല്ലാം വിറ്റുകിട്ടിയ പണവും പലരു
ടെയും സഹായവും കൊണ്ടു പല്പു നാലുകൊല്ലത്തെ പഠിത്തത്തിനു
ശേഷം ഡോക്ടർ പരീക്ഷ പാസായി. തിരുവിതാംകൂറിൽ തന്നെ ഒരു
ഡോക്ടർ ആയിത്തീരണമെന്നുള്ള ആശയോടെ അദ്ദേഹം ജന്മനാട്ടിലേക്ക്
തിരിച്ചു. തിരുവിതാംകൂർ മെഡിക്കൽ സർവ്വീസിൽ ഡോക്ടർമാരെ നിയ
മിക്കുന്നു എന്നറിഞ്ഞ് പല്പു അപേക്ഷ അയച്ചെങ്കിലും അതിന് യാതൊ
രുവിധ മറുപടിയും ഉണ്ടായില്ല. അപ്പോൾ പല്പു ഒരു കാര്യം ഓർമ്മിച്ചു.
തന്റെ മൂത്ത സഹോദരനായ വേലായുധൻ ബി എ പാസായപ്പോൾ തിരു
വിതാംകൂർ സർക്കാർ ജോലി നിഷേധിച്ച അവസരത്തിൽ മദ്രാസ്
ഗവൺമെന്റിൽ ജോലിക്ക് അപേക്ഷിക്കുകയും അവിടെ അദ്ദേഹത്തെ
ജാതി നോക്കാതെ യോഗ്യതയുടെ അടിസ്ഥാനത്തിൽ സർക്കാർ സർവ്വീ
സിൽ പ്രവേശിപ്പിക്കുകയും ചെയ്ത സംഭവം. അങ്ങനെ പല്പുവും മൂത്ത
സഹോദരനെപ്പോലെ ജോലി തേടി തിരുവിതാംകൂറിൽ നിന്നും മദ്രാസി
ലേക്കു പോയി. അവിടെ മെഡിക്കൽ ഡിപ്പാർട്ടുമെന്റിൽ സ്പെഷ്യൽ
വാക്സിൻ ഡിപ്പോ സൂപ്രണ്ടായി പല്പു നിയമിക്കപ്പെട്ടു. പിന്നീട്
ബാംഗ്ലൂർക്ക് മാറ്റിയ ഈ വാക്സിൻ ഡിപ്പോ കാലക്രമേണ നിന്നു പോയ
തിനാൽ പല്പു മൈസൂർ മെഡിക്കൽ സർവ്വീസിൽ ചേർന്നു. അദ്ദേഹ
ത്തിന്റെ സാമർത്ഥ്യവും ആത്മാർത്ഥതയും കണക്കിലെടുത്ത് മൈസൂർ
ഗവൺമെന്റ് അദ്ദേഹത്തെ വലിയ ഉത്തരവാദിത്വമുള്ള ജോലികൾ
ഏല്പിച്ചു.

പിന്നീട് അദ്ദേഹത്തെ ഉപരിപഠനത്തിനായി ഇംഗ്ലണ്ടിലേക്ക് അയച്ചു.
ഇങ്ങനെ ഔദ്യോഗിക ശ്രേണിയിൽ ഉയരുമ്പോഴും പല്പുവിന്റെ മനസ്സ്
തന്റെ സമുദായത്തിന്റെ ദയനീയമായ അവസ്ഥയെപ്പറ്റി ചിന്തിച്ച് അസ്വ
സ്ഥമായിരുന്നു. അറിവ് നേടുന്നതിനും ജോലി നേടുന്നതിനും തന്റെ
സഹോദരങ്ങൾ അനുഭവിക്കുന്ന ക്ലേശങ്ങൾക്ക് അറുതി വരുത്തുന്നതി
നുമുള്ള മാർഗ്ഗങ്ങളെപ്പറ്റി അദ്ദേഹം തലപുകഞ്ഞ് ആലോചിച്ചു. 1891 ൽ
തിരുവിതാംകൂർ മഹാരാജാവിന് സമർപ്പിച്ച മലയാളി മെമ്മോറിയലിൽ
ഈഴവ സമുദായത്തിന്റെ പരാധീനതകളെക്കുറിച്ച് പ്രത്യേകം പറഞ്ഞി

ട്ടുണ്ടെങ്കിലും രാജാവിൽനിന്നും അനുകൂലമായ മറുപടി ഒന്നും കിട്ടാത്ത തിനാൽ ഈഴവരുടെ മാത്രമായി ഒരു നിവേദനം രാജാവിന് സമർപ്പിക്കു ന്നതിനെപ്പറ്റി പല്പു ആലോചിച്ചു. എന്നാൽ തന്റെ സമുദായം അതിന് പാകപ്പെട്ടിരുന്നില്ല. രാജാവിന്റെ അധികാരത്തെയും ബ്രാഹ്മണരുടെ പരി ശുദ്ധിയെയും ചോദ്യം ചെയ്താൽ കുലം തന്നെ മുടിഞ്ഞുപോകുമെന്നാണ് ബഹുഭൂരിപക്ഷം സമുദായാംഗങ്ങളും വിശ്വസിച്ചിരുന്നത്. ഇതു പോലെയുള്ള ആളുകളെ സംഘടിപ്പിക്കുകയും മെമ്മോറാണ്ടത്തിൽ ഒപ്പു വയ്പിക്കുകയും ചെയ്യുക എന്നത് ശ്രമകരമായ ഒരു ജോലിയായിരുന്നു. പോരാത്തതിന് പല്പുവിന് മൈസൂർ ഗവൺമെന്റിന്റെ കീഴിൽ ഭാരിച്ച ഉത്തരവാദിത്വങ്ങളുമുണ്ടായിരുന്നു. ഈ ജോലിത്തിരക്കിനിടയിൽ അദ്ദേഹം പലപ്രാവശ്യം തിരുവിതാംകൂറിൽ വരികയും മെമ്മോറിയലിന് അനുകൂലമായി ഈഴവ സമുദായത്തെ പ്രബുദ്ധരാക്കുകയും ചെയ്തു. സഞ്ചാര സൗകര്യങ്ങൾ വളരെ കുറവായ ആ കാലഘട്ടത്തിൽ തിരുവി താംകൂറിന്റെ അങ്ങോളമിങ്ങോളം യാത്ര ചെയ്യുക എന്നതുതന്നെ ദുഷ്ക രമായിരുന്നു. പിന്നെ സാമ്പത്തിക ബാദ്ധ്യതയും. മെമ്മോറിയൽ ചെല വുകൾക്ക് ആവശ്യമായ പണം നല്ല പങ്കും പല്പു കൈയിൽ നിന്നുതന്നെ ചെലവാക്കേണ്ടി വന്നു. പലരും സംഭാവന വാഗ്ദാനം ചെയ്തിരുന്നെ ങ്കിലും രാജകോപം ഭയന്ന് മാറിക്കളഞ്ഞു.

അങ്ങനെ 1896 സെപ്തംബർ 3 ന് 13176 ൽപ്പരം ഈഴവർ ഒപ്പിട്ട ഒരു സങ്കടഹർജി രാജാവിന്റെ ജന്മദിവസം പല്പു നേരിട്ട് ശ്രീമൂലം തിരുനാൾ രാജാവിന് സമർപ്പിച്ചു. സ്കൂൾ പ്രവേശനത്തിനും സർക്കാർ ഉദ്യോഗ ത്തിനും മതം മാറിയാൽ തങ്ങൾക്ക് കിട്ടാവുന്ന അവകാശങ്ങൾ മതം മാറാ തെതന്നെ തങ്ങൾക്ക് കിട്ടുന്നതിന് ഏർപ്പാട് ചെയ്യണമെന്നാണ് ഇതിൽ ആവശ്യപ്പെട്ടിരുന്നത്. ബ്രിട്ടീഷ് മലബാറിൽ തങ്ങളുടെ സഹോദരന്മാരായ തീയ്യന്മാർ എത്ര ഉയർന്ന തരം ജോലിയിലാണ് ഇരിക്കുന്നതെന്നു മെമ്മോ റിയൽ രാജാവിനെ ഓർമ്മിപ്പിക്കുന്നു.

ഈഴവ മെമ്മോറിയൽ എന്ന പേരിൽ തിരുവിതാംകൂർ ചരിത്രത്തിൽ പിന്നീട് അറിയപ്പെട്ട ഈ മെമ്മോറിയൽ പല്പുതന്നെ ഇംഗ്ലീഷിലും തയ്യാ റാക്കി. മഹാരാജാവ് ഈ സങ്കട ഹർജി തീരുമാനമെടുക്കുന്നതായി ദിവാൻ ശങ്കര സുബ്ബയ്യർക്ക് അയച്ചുകൊടുത്തു. എന്നാൽ ദിവാൻ വസ്തുതകൾ വളച്ചൊടിച്ചുകൊണ്ടുള്ള ഒരു മറുപടിയാണ് നല്കിയത്.

ഈഴവമെമ്മോറിയൽ സമർപ്പണംകൊണ്ട് പ്രയോജനം ഒന്നും ലഭി ക്കാതിരുന്നതിനാൽ ഈ പ്രശ്നം ബ്രിട്ടീഷ് പാർലമെന്റിന്റെ ശ്രദ്ധയിൽ കൊണ്ടുവരാൻ ഡോ. പല്പു തീരുമാനിച്ചു. തിരുവിതാംകൂറിൽ നിന്ന് വിക്ടോറിയ മഹാരാജ്ഞിയുടെ കിരീടധാരണത്തിന്റെ ജുബിലി ആഘോ ഷങ്ങളിൽ പങ്കെടുക്കുന്നതിന് ജി പി പിള്ളയും ടി എം നായരും ലണ്ടനി ലേക്ക് പോകുന്നുണ്ടായിരുന്നു. ഈ അവസരത്തിൽ അവർ വഴി ഈഴവ രുടെ പ്രശ്നങ്ങൾ ബ്രിട്ടീഷ് പാർലമെന്റിൽ അവതരിപ്പിക്കാൻ അദ്ദേഹം തീരുമാനിച്ചു. മൈസൂർ ഗവൺമെന്റ് സർവ്വീസിൽ ഇരുന്നകലത്ത് സ്വാമി

വിവേകാനന്ദനുമായി പരിചയപ്പെടാൻ പല്പുവിന് അവസരം ലഭിച്ചിട്ടുണ്ട്. വിവേകാനന്ദസ്വാമിയുടെ സെക്രട്ടറിയായിരുന്ന മാർഗരറ്റ് നോബിളിന് (പി ന്നീട് സിസ്റ്റർ നിവേദിത) ബ്രിട്ടീഷ് പാർലമെന്റിലെ പല പ്രമുഖ മെമ്പർമാ രുമായും നല്ല അടുപ്പമുണ്ടായിരുന്നു. ജി പി പിള്ളയെ പരിചയപ്പെടുത്തി ക്കൊണ്ടുള്ള ഒരു കത്ത് സ്വാമി വിവേകാനന്ദനിൽ നിന്നും ലഭ്യമാക്കി സിസ്റ്റർ നിവേദിതയെ ഏല്പിക്കുകയും അവർ ജി പിയെ അന്നത്തെ ബ്രിട്ടീഷ് പാർലമെന്റ് മെമ്പറായ ഡബ്ല്യു എസ് കെയിനുമായി പരിചയ പ്പെടുത്തുകയും ചെയ്തു. കെയ്ന്റെ രണ്ടു ജാമാതാക്കൾ ബ്രിട്ടീഷ് പാർല മെന്റ് മെമ്പർമാരാണ്. ഇവരിൽ ഒരാളായ ഹെർബർട്ട് റോബർട്സാണ് ഈഴവരുടെ പ്രശ്നങ്ങൾ ബ്രിട്ടീഷ് പാർലമെന്റിൽ അവതരിപ്പിച്ചത്. അദ്ദേഹം അവതരിപ്പിച്ച ചോദ്യം ഇതായിരുന്നു.

താഴ്ന്ന ജാതിക്കാരെന്ന് പറഞ്ഞ് തിരുവിതാംകൂർ സംസ്ഥാനത്തെ സർക്കാർ സർവ്വീസിൽ നിന്നും ഈഴവർ എന്നറിയപ്പെടുന്ന വർഗ്ഗ ക്കാരെ ഒഴിച്ചു നിർത്തിയിരിക്കുകയാണോ? സംസ്ഥാനത്തെ ഒട്ടേറെ സ്കൂളുകളിൽ അവർക്ക് പ്രവേശനം നിഷേധിച്ചിരിക്കുകയാണോ? മദ്രാസ് യൂണിവേഴ്സിറ്റി ബിരുദധാരികളായ ഈ വർഗ്ഗത്തിലെ രണ്ടുപേർ മദ്രാസും മൈസൂരും സർക്കാർ സർവ്വീസുകളിൽ ഈ അടുത്ത കാലത്ത് ഉദ്യോഗം നേടാൻ നിർബ്ബന്ധിതരായിട്ടുണ്ടോ?

ഇന്ത്യ സെക്രട്ടറി ജോർജ് ഹാമിൽട്ടൺ ചോദ്യങ്ങൾക്ക് ഉത്തരം പറ യുകയും, "ബഹുമാനപ്പെട്ട അംഗത്തിന്റെ ചോദ്യങ്ങളിലേക്ക് മദ്രാസ് ഗവൺമെന്റിന്റെ ശ്രദ്ധ ക്ഷണിക്കുന്നതിൽ എനിക്ക് എതിർപ്പൊന്നുമില്ല" എന്ന് പ്രസ്താവിക്കുകയും ചെയ്തു.

അങ്ങനെ പല്പുവിന്റെയും ജി പി പിള്ളയുടെയും പ്രവർത്തനഫല മായി തിരുവിതാംകൂറിലെ ഈഴവരുടെ പ്രശ്നങ്ങൾ ബ്രിട്ടീഷ് പാർല മെന്റിൽ അവതരിപ്പിക്കപ്പെട്ടു. ഇതിന്റെ അനന്തര ഫലങ്ങളും തിരുവിതാം കൂറിൽ കണ്ടു തുടങ്ങി. അതുവരെ ബ്രാഹ്മണരുടെ ക്ഷേമം മാത്രം നോക്കി ഭരിച്ചിരുന്ന തിരുവിതാംകൂർ സർക്കാർ എല്ലാ സമുദായങ്ങളുടെയും ക്ഷേമ ത്തിൽ താല്പര്യം കാണിച്ചു തുടങ്ങി. അതിന്റെ ഫലമാണ് 1904 ൽ സ്ഥാപി തമായ ശ്രീമൂലം പ്രജാസഭ.

വ്യവസായവല്ക്കരണത്തിലൂടെ കേരളവും ഭാരതവും ഉയരണമെന്ന തായിരുന്നു പല്പുവിന്റെ വലിയ ആഗ്രഹം. എസ് എൻ ഡി പി യോഗ ത്തോടനുബന്ധിച്ച് കാർഷിക വ്യവസായ പ്രദർശനങ്ങൾ നടത്തണം എന്നത് പല്പുവിന്റെ ഒരു നിർബ്ബന്ധമായിരുന്നു. 1905 ൽ കൊല്ലത്തും 1907 ൽ കണ്ണൂരും വച്ചുനടന്ന യോഗവാർഷികങ്ങളോട് അനുബന്ധിച്ച് നടന്ന വ്യവസായപ്രദർശനങ്ങൾ ഇന്ത്യയുടെ മുഴുവൻ ശ്രദ്ധയും പിടിച്ചു പറ്റി.

ഈ അവസരത്തിൽ പല്പുവിന്റെ മറ്റൊരു സംഭാവനയെപ്പറ്റിയും പറയേണ്ടിയിരിക്കുന്നു. കേരളത്തിൽ ഇപ്പോൾ സുലഭമായിക്കൊണ്ടിരിക്കു

ന്നതും പുളിക്കാത്ത കള്ളിൽനിന്നും പാകപ്പെടുത്തിയെടുക്കുന്നതുമായ "നീര" എന്ന പാനീയത്തിന്റെ ഉപജ്ഞാതാവ് പല്പുവാണ്. ഈ പാനീയം ദീർഘനാൾ കേടുവരാതെ സൂക്ഷിക്കാനുള്ള സാങ്കേതിക വിദ്യയും പല്പു വികസിപ്പിച്ചെടുത്തിരുന്നു.

അവർണ്ണസമുദായത്തിൽപ്പെട്ട പല്പുവിന് ഡോക്ടർ പല്പുവാകാൻ വളരെയേറെ യാതനകൾ അനുഭവിക്കേണ്ടിവന്നിട്ടുണ്ട്. പല്പുവിന്റെ ജീവ ചരിത്രകാരനായ സി കെ ഗംഗാധരൻ രേഖപ്പെടുത്തിയിട്ടുള്ള ഒരു സംഭവം വിവരിച്ചുകൊണ്ട് ഈ അദ്ധ്യായം അവസാനിപ്പിക്കാം.

ഒരിക്കൽ ഫീസുകൊടുക്കാൻ നിവർത്തിയില്ലാതെ പല്പുവിന് വീടു തോറും കയറി യാചിക്കേണ്ടിവന്നു. മൂന്നു ദിവസം തുടർച്ചയായി പട്ടിണികിടന്ന് യാചന തുടർന്നു. അവസാനം വിശന്ന് തളർന്ന് ഒരു പള്ളിയുടെ മുറ്റത്തു കയറി വിശ്രമിച്ചു. അപ്പോൾ അതുവഴി ഒരു മുസ്ലീം റൊട്ടിക്കച്ചവടക്കാരൻ വന്നു. വിശന്നു തളർന്ന പല്പുവിനെ കണ്ട് അലിവ് തോന്നിയ ആ റൊട്ടിക്കച്ചവടക്കാരൻ പല്പുവിന് ഒരു റൊട്ടി സൗജന്യമായി കൊടുത്തു. എന്നാൽ അഭിമാനിയായ പല്പു തന്റെ കൈയിൽ പണമില്ലാത്തതിനാൽ റൊട്ടി വാങ്ങാൻ കൂട്ടാക്കിയില്ല. എന്നാൽ റൊട്ടിക്കച്ചവടക്കാരന്റെ നിർബ്ബന്ധത്തിന് വഴങ്ങി പല്പു ആ റൊട്ടി വാങ്ങി കഴിച്ച് വിശപ്പടക്കി.

6

ജി പി പിള്ളയും കോൺഗ്രസും

കോൺഗ്രസിന്റെ ചരിത്രത്തിലേക്ക് കടക്കുന്നതിന് മുമ്പ്, ഇന്ത്യൻ നാഷണൽ കോൺഗ്രസ് എന്ന രാഷ്ട്രീയ പ്രസ്ഥാനം ഉടലെടുക്കുവാൻ ഉണ്ടായ സാഹചര്യങ്ങളിലേക്ക് കൂടി കണ്ണോടിക്കേണ്ടിയിരിക്കുന്നു.

1498 ൽ വാസ്കോ ഡി ഗാമ കോഴിക്കോട് കാപ്പാട് കടപ്പുറത്ത് തന്റെ അനുചരന്മാരുമായി നാല് കപ്പലുകളിൽ എത്തിച്ചേർന്നതുമുതൽ ഇന്ത്യ യുടെ ചരിത്രം മറ്റൊരു ദിശയിലേക്ക് മാറി. അന്നു മുതൽ ഇന്ത്യയുമാ യുള്ള വ്യാപാരക്കുത്തകയ്ക്ക് വേണ്ടിയുള്ള യൂറോപ്യൻ ശക്തികളുടെ മത്സരവേദിയായി അറബിക്കടൽ. ഈ മത്സരത്തിൽ പോർച്ചുഗീസുകാരും ഡച്ചുകാരും ഫ്രഞ്ചുകാരും ഇംഗ്ലീഷുകാരും എല്ലാം മാറി മാറി പങ്കെടു ത്തെങ്കിലും അന്തിമ വിജയം ഇംഗ്ലീഷുകാർക്കായിരുന്നു. 1757 ൽ പ്ലാസി യുദ്ധത്തിൽ ക്ലൈവ്, സിറാജ് ഉദ് ദൗളയെ തോല്പിച്ചതോടെ ഇന്ത്യയിൽ ബ്രിട്ടീഷ് ഭരണത്തിന്റെ അസ്തിവാരമിട്ടു. ബ്രിട്ടീഷ് ഭരണം ഇന്ത്യയിൽ രാഷ്ട്രീയവും സാംസ്കാരികവും മതപരവുമായ പല മാറ്റങ്ങൾക്കും വഴി തെളിച്ചു. ഇവിടെ ബ്രിട്ടീഷ് ഭരണം എന്നതുകൊണ്ടുദ്ദേശിക്കുന്നത് ബ്രിട്ടീഷ് ഗവൺമെന്റിന്റെ ഭരണമല്ല. 1600 ൽ ലണ്ടനിൽ രജിസ്റ്റർ ചെയ്ത ഇംഗ്ലീഷ് ഈസ്റ്റ് ഇന്ത്യാ കമ്പനിയുടെ ഭരണമാണ്. ഇന്ത്യയുടെ ഒന്നാ മത്തെ സ്വാതന്ത്ര്യസമരത്തിനുശേഷം 1858 ൽ ഈ കമ്പനിയെ ബ്രിട്ടീഷ് ഗവൺമെന്റ് ദേശസാല്ക്കരിച്ചു. പിന്നീടുള്ള 90 വർഷം ബ്രിട്ടീഷ് ഗവൺമെന്റിന്റെ നേരിട്ടുള്ള ഭരണമായിരുന്നു. ബ്രിട്ടീഷ് ഭരണംകൊണ്ട് ഇന്ത്യയ്ക്ക് നേട്ടങ്ങളും കോട്ടങ്ങളും ഉണ്ടായിട്ടുണ്ട്. അവ ഏതെന്നുകൂടി പരിശോധിച്ചാൽ മാത്രമേ കോൺഗ്രസിന്റെ രൂപീകരണത്തിലേക്ക് നയിച്ച സാഹചര്യങ്ങൾ മനസ്സിലാക്കാൻ സാധിക്കുകയുള്ളൂ.

നേട്ടങ്ങൾ

1. ഇന്ത്യൻ ദേശീയ ബോധത്തിന്റെ വളർച്ച.
   ചെറിയ നാട്ടുരാജ്യങ്ങളായി വിഭജിച്ചുകിടന്നിരുന്ന ഇന്ത്യ ഒരു രാഷ്ട്രീയ സംവിധാനത്തിന്റെ കീഴിൽ വന്നു. ഇത് ഇന്ത്യക്കാരിൽ ദേശീയ ബോധം വളർത്തി.

2. ഇന്ത്യയുടെ എല്ലാ ഭാഗങ്ങളും തമ്മിൽ റെയിൽവേ സംവിധാനം കൊണ്ട് കൂട്ടിയിണക്കി.

3. ടെലിഗ്രാഫ് സംവിധാനം വഴി ആശയവിനിമയം എളുപ്പമാക്കി.

4. പാശ്ചാത്യ രീതിയിലുള്ള വിദ്യാഭ്യാസം ഇന്ത്യയിൽ ഏർപ്പെടുത്തുക വഴി പുതിയ ഒരു ജനാധിപത്യബോധം യുവാക്കളിൽ വളർത്തിയെടുക്കുവാൻ കഴിഞ്ഞു.

കോട്ടങ്ങൾ

1. ഇന്ത്യൻ വ്യവസായങ്ങളെ തകർത്തു.

2. ഇന്ത്യയിൽ നിലനിന്ന നിയമവ്യവസ്ഥ തരിപ്പണമാക്കി.

3. ബ്രിട്ടീഷുകാർ അവരുടെ സാമ്രാജ്യവികസനത്തിനുവേണ്ടി ചെയ്യുന്ന യുദ്ധങ്ങളുടെ ചെലവ് ഇന്ത്യക്കാർ വഹിക്കേണ്ടിവന്നു.

4. ഇന്ത്യയിൽ പട്ടിണിമരണങ്ങൾ വർദ്ധിച്ചുവന്നു.

ഇന്ത്യൻ വ്യവസായം

ബ്രിട്ടീഷുകാർ ഇന്ത്യയിൽ വരുന്ന കാലത്ത് ഇന്ത്യൻ കാർഷിക ഉല്പന്നങ്ങളായ കുരുമുളക്, ഏലം, ഇഞ്ചി തുടങ്ങിയവ ലോക കമ്പോളം കീഴടക്കിയിരുന്നു. ഇവ കേരളത്തിൽ നിന്നും ആണ് കയറ്റിപ്പോയിരുന്നത്. ബംഗാൾ ആകട്ടെ പരുത്തിയുടെയും സിൽക്കിന്റെയും തുണിത്തരങ്ങൾ, അസംസ്കൃത സിൽക്ക്, പഞ്ചസാര, ഉപ്പ്, ചണം, വെടിയുപ്പ്, കറുപ്പ് എന്നിവയുടെ കയറ്റുമതി കേന്ദ്രമായിരുന്നു.

ഇതു കൂടാതെ ഇന്ത്യൻ ഉല്പന്നങ്ങളായ മുത്ത്, സുഗന്ധദ്രവ്യങ്ങൾ, ചായക്കട്ടകൾ, ഗന്ധമസാലകൾ തുടങ്ങിയവയും വിദേശികളിലേക്ക് കയറ്റി അയച്ചിരുന്നു. പരുത്തി, സിൽക്ക്, രോമം എന്നിവയുടെ നെയ്ത്തിൽ ഇന്ത്യ കീർത്തി സമ്പാദിച്ചിരുന്നു. ലക്നൗ, അഹമ്മദാബാദ്, നാഗപ്പൂർ, മധുര തുടങ്ങിയ സ്ഥലങ്ങളും പരുത്തി നിർമ്മാണത്തിന്റെ പ്രധാന കേന്ദ്രങ്ങളായിരുന്നു. കാശ്മീരും പഞ്ചാബും നേർമ്മയേറിയ ഉത്തരീയങ്ങൾ ഉണ്ടാക്കിപ്പോന്നു. ആഭരണ നിർമ്മാണം, ശിലാശില്പങ്ങൾ, സ്വർണ്ണത്തിലും വെള്ളിയിലുമുള്ള രൂപ നിർമ്മാണം, മാർബിൾ, ചന്ദനം, ആനക്കൊമ്പ് ഗ്ലാസ് എന്നിവകൊണ്ടുള്ള കലാശില്പങ്ങൾ തുടങ്ങിയവ ഇന്ത്യയിൽ അഭി

വൃദ്ധി പ്രാപിച്ചിരുന്നു. കടലാസ് നിർമ്മാണത്തിലും ഇന്ത്യക്കാർ ഉന്നത നിലയിൽ എത്തിച്ചേർന്നിരുന്നു.

ഇന്ത്യൻ നിർമ്മാണ ചാരുതി വെന്നിക്കൊടി പാറിച്ചിരുന്ന മറ്റൊരു മേഖലയായിരുന്നു കപ്പൽ നിർമ്മാണം. കപ്പൽ നിർമ്മാണ വ്യവസായം ഇംഗ്ലണ്ടിനേക്കാളും ഇന്ത്യയിൽ പുരോഗമിച്ചിരുന്നു. ബ്രിട്ടീഷ് ഭരണം ഇന്ത്യ യിൽ വേരുറച്ചതോടെ ഇന്ത്യൻ വ്യവസായങ്ങൾ ഒന്നൊന്നായി തകർന്നു തുടങ്ങി.

ഇന്ത്യയിലെ നിയമ വ്യവസ്ഥ

ഇന്ത്യൻ നിയമ വ്യവസ്ഥ വളരെ ലളിതമായ ഒന്നായിരുന്നു. നിരക്ഷ രനായ ഒരു ഗ്രാമീണനുപോലും തന്റെ കാര്യം ഗ്രാമക്കോടതിയിൽ അറി യിച്ച് അവകാശങ്ങൾ സംരക്ഷിക്കുക അനായാസമായിരുന്നു. എന്നാൽ ബ്രിട്ടീഷ് ഭരണം വന്നതോടെ കോടതിഭാഷ ഇംഗ്ലീഷായി. വലിയതുക ഫീസായി നല്കി അഭിഭാഷകരെ നിയമിച്ച് സ്വന്തംകാര്യം വാദിക്കേണ്ട തായി വന്നു. ഇങ്ങനെ ഇന്ത്യൻ നിയമവ്യവസ്ഥ സാധാരണക്കാരന് അപ്രാ പ്യമായി.

ഇന്ത്യയിലെ പട്ടിണിമരണങ്ങൾ

ബ്രിട്ടീഷ് ഭരണം ഇന്ത്യയിൽ വന്നതോടുകൂടി ഇന്ത്യയിൽ പട്ടിണിമ രണങ്ങൾ വർദ്ധിച്ചുകൊണ്ടേയിരുന്നു. അവരുടെ വരവിന് മുമ്പ് ഇന്ത്യ യിലെ ജനസംഖ്യയുടെ പകുതിയോളം വരുന്ന സവർണ്ണർ എങ്കിലും സുഭി ക്ഷരായി കഴിഞ്ഞിരുന്നു. പട്ടിണിമരണങ്ങളുടെ കാരണം ഇന്ത്യൻ വ്യവ സായങ്ങളുടെ തകർച്ചയാണ്. ഇന്ത്യയുടെ ഗ്രാമീണ മേഖലയെ താങ്ങി നിർത്തിയിരുന്ന നെയ്ത്ത് വ്യവസായം ബ്രിട്ടീഷുകാരുടെ വരവോടെ തകർന്ന് തരിപ്പണമായി. ഇംഗ്ലണ്ടിൽ യന്ത്രത്തറികളിൽ ഉണ്ടാക്കിയ വസ്ത്ര ങ്ങൾ ഇന്ത്യൻ കമ്പോളത്തിൽ സുലഭമായി വന്നിറങ്ങി. ഇവയ്ക്ക് ഇന്ത്യൻ വസ്ത്രങ്ങളേക്കാൾ വില കുറവായിരുന്നു. അതോടെ ഇന്ത്യൻ തുണിത്ത രങ്ങൾ ആഭ്യന്തര കമ്പോളത്തിലും, വിദേശ കമ്പോളത്തിലും ഒരുപോലെ ചെലവാകാതെ വന്നു. നെയ്ത്തുമായി ബന്ധപ്പെട്ടു ജീവിക്കുന്ന അനേകം ഗ്രാമീണർ തൊഴിൽ ഇല്ലാത്തവരായി. അവർ ക്രമേണ പട്ടിണിമരണത്തി ലേക്ക് നീങ്ങി. ഇന്ത്യയിലെ എല്ലാ കരകൗശല നിർമ്മാണമേഖലകളും ക്രമേണ പൂട്ടിപ്പോയി. ഇവിടെയെല്ലാം ജോലിചെയ്തിരുന്ന അനേകായിരം വരുന്ന ഗ്രാമീണർ തൊഴിൽ ഇല്ലാതെ പട്ടിണിയിലേക്ക് നീങ്ങി.

യൂറോപ്പിൽ ആവിക്കപ്പൽ കണ്ടുപിടിച്ചതോടെ കപ്പൽ നിർമ്മാണ രംഗത്തും ഇന്ത്യയുടെ മേൽക്കോയ്മ നഷ്ടപ്പെട്ടു.

ഇന്ത്യയുടെ അധഃപതനം-
ഒരു പുനർചിന്തനം

ഏ ഒ ഹ്യൂം

ഇന്ത്യയെ ദാരിദ്ര്യത്തി ലേക്ക് നയിച്ചതിന് ബ്രിട്ടീഷു കാരെയാണ് അധികം ഇന്ത്യൻ ചരിത്രകാരന്മാരും കുറ്റപ്പെടുത്തുന്നത്. ഇന്ത്യൻ നെയ്ത്ത് വ്യവസായം സംര ക്ഷിക്കാൻ ബ്രിട്ടീഷുകാർ നിയമം കൊണ്ടുവരാതിരു ന്നതും ബ്രിട്ടീഷ് തുണിത്തര ങ്ങളുടെ മേൽ ചുങ്കം ഏർപ്പെ ടുത്താതിരുന്നതും എല്ലാം അവർ ചൂണ്ടിക്കാട്ടുന്നു. ഇതെല്ലാം ശരിയായിരിക്കു മ്പോൾ തന്നെ നാം മറന്നു പോകുന്ന ഒരു പ്രധാനകാര്യമുണ്ട്. ഗവേഷണത്തോട് ഇന്ത്യക്കാർ പുറം തിരിഞ്ഞു നിന്നു എന്നുള്ളതാണ് ആ സുപ്രധാന കാര്യം.

വസ്ത്രവ്യവസായ രംഗത്ത് ഇന്ത്യ ലോക കമ്പോളം തന്നെ കീഴട ക്കിയിരുന്നു. ഡാക്കാമസ്ലിൻ ലോകം മുഴുവൻ കീർത്തി നേടിയിരുന്നു. പക്ഷേ, വസ്ത്രവ്യവസായരംഗത്ത് പരമ്പരാഗത രീതിയിൽ നിന്ന് മാറി യന്ത്രത്തെ ആശ്രയിക്കുവാൻ നാം പഠിച്ചില്ല. അതുപോലെ തന്നെ കപ്പൽ നിർമ്മാണ വ്യവസായവും യൂറോപ്പിൽ ആവിക്കപ്പൽ കണ്ടുപിടിച്ചപ്പോൾ നാം പഴയ പരമ്പരാഗത നിർമ്മാണ രീതിതന്നെ പിന്തുടർന്നു. അങ്ങനെ യൂറോപ്പിന്റെ ആവിക്കപ്പൽ ഇന്ത്യയുടെ പരമ്പരാഗത കപ്പലിനെ മുക്കിക്ക ളഞ്ഞു.

എല്ലാ പൗരാണിക സമൂഹങ്ങളും സമയം അറിയാൻ നിഴൽ ഘടി കാരത്തെയും മണൽ ഘടികാരത്തെയും ജലഘടികാരത്തെയും ഒക്കെ യാണ് ആശ്രയിച്ചിരുന്നത്. ഇന്ത്യക്കാരും അങ്ങനെ തന്നെയായിരുന്നു. പക്ഷേ, യൂറോപ്യന്മാർ ക്ലോക്കും ടൈംപീസും ഒക്കെ കണ്ടുപിടിച്ചു. അച്ച ടിരംഗവും അതുപോലെതന്നെ. അവർ അച്ചടിയന്ത്രം കണ്ടുപിടിച്ചപ്പോഴും നാം ഓലയും നാരായവും ആയി കഴിഞ്ഞുകൂടി.

ഗുരു ദൈവതുല്യനാണെന്നും ഗുരു പഠിപ്പിച്ചതിന് അപ്പുറം സത്യമി ല്ലെന്നും നാം വിശ്വസിച്ചു. ഗുരുവിന് അപ്പുറത്തേക്ക് നാം പോയില്ല. കാല ത്തിനൊത്ത് നീങ്ങാൻ നമുക്കു കഴിയാതെ പോയത് അതുകൊണ്ടാണ്. ഇന്ത്യയുടെ അധഃപതനത്തിന് ഇതും ഒരു കാരണമാണ്.

ഇന്ത്യയുടെ ഒന്നാം സ്വാതന്ത്ര്യ സമരം കോൺഗ്രസ് രൂപീകരണത്തിന് മുന്നോടി

ബ്രിട്ടീഷ് സാമ്രാജ്യം ഇന്ത്യയിൽ നിലനിർത്തുന്നതിന് ഒരു സൈന്യത്തെ അവർക്ക് സംഘടിപ്പിക്കേണ്ടി വന്നു. ബ്രിട്ടീഷുകാർ അതിന് തെരഞ്ഞെടുത്തത് ഇന്ത്യയിലെ താഴ്ന്ന ജാതിക്കാരെയാണ്. ഉയർന്ന ഉദ്യോഗങ്ങൾ എല്ലാം ബ്രിട്ടീഷുകാർക്കും താഴ്ന്ന പടിയിലുള്ള ഉദ്യോഗ ങ്ങൾ ഇന്ത്യക്കാർക്കും. ഒരു ബ്രിട്ടീഷുകാരന് കൊടുക്കേണ്ടി വരുന്ന ശമ്പ ളത്തിന്റെ തുച്ഛമായ ഒരു ഭാഗം കൊടുത്താൽ ഒരു ഇന്ത്യക്കാരന്റെ സേവനം ലഭിക്കും. ഇത് ഇംഗ്ലീഷുകാർ ഒരു വലിയ ലാഭമായി കണ്ടു. ഇന്ത്യാക്കാ രായ കീഴ്ജാതിക്കാർക്കും താഴ്ന്ന ജോലിയാണെങ്കിലും ബ്രിട്ടീഷ് സൈന്യ ത്തിൽ ഉദ്യോഗം ലഭിച്ചത് പലരീതിയിലും അനുഗ്രഹമായി മാറി. അറി വിന്റെ ലോകത്തുനിന്നും സഹസ്രാബ്ദങ്ങളായി മാറ്റി നിർത്തപ്പെട്ടവർക്ക് വരേണ്യഭാഷയായ ഇംഗ്ലീഷ് ഭാഷ മനസ്സിലാക്കാൻ ഒരു അവസരം ലഭിച്ചു. അദ്ധ്വാനത്തിനുള്ള പ്രതിഫലം നെല്ലായും ഗോതമ്പായും വാങ്ങിയവന് കറൻസിയിൽ ശമ്പളം ലഭിച്ചു. ഇത് അവനെ സമ്പാദ്യശീലത്തിലേക്ക് നയി ച്ചു. താഴെത്തട്ടിലുള്ളവരെ സംബന്ധിച്ച് ഇത് വലിയ ഒരു സാമൂഹ്യമാറ്റ ത്തിന്റെ നാന്ദിയായിരുന്നു.

എന്നാൽ ബ്രിട്ടീഷ് യജമാനന്മാരിൽ നിന്നുള്ള ക്രൂരമായ പെരുമാ റ്റവും ശമ്പളക്കുറവും ഇന്ത്യൻ സൈനികരിൽ (ബ്രിട്ടീഷുകാരുടെ ഭാഷ യിൽ ശിപായിമാരിൽ) അസ്വസ്ഥത വളർത്തി. അതിനിടയിൽ എരിയുന്ന തീയിൽ എണ്ണ ഒഴിച്ചതുപോലെ, ഒരു വാർത്തയും പരന്നു. സൈനികർക്ക് കൊടുക്കുന്ന തോക്കിന്റെ തിരയിൽ പന്നിയുടെ കൊഴുപ്പ് കലർത്തിയിട്ടു ണ്ടെന്നും മറ്റും ആയിരുന്നു അത്. അതോടെ ഇന്ത്യൻ സൈനികർ വളരെ രഹസ്യമായും എന്നാൽ സമർത്ഥമായും ബ്രിട്ടീഷ് മേലുദ്യോഗസ്ഥന്മാർക്ക് എതിരായ യുദ്ധത്തിന് മുതിർന്നു. പീരങ്കികൾ ഗർജ്ജിച്ചു. ഒരു സൈനിക കേന്ദ്രത്തിൽ നിന്നും അടുത്തതിലേക്ക് യുദ്ധം പടർന്ന് പിടിച്ചു. രണ്ടു വർഷം യുദ്ധം നീണ്ടു നിന്നു. ഡൽഹി താല്ക്കാലികമായിട്ടെങ്കിലും പിടി ച്ചെടുക്കുവാൻ ഇന്ത്യൻ സൈന്യത്തിന് കഴിഞ്ഞു. ഔറംഗസീബ് ചക്ര വർത്തിയുടെ പിൻഗാമിയും വൃദ്ധനുമായ ബഹദൂർഷാ രണ്ടാമനെ ഇന്ത്യ യുടെ ചക്രവർത്തിയായി ഇന്ത്യൻ സൈന്യം അവരോധിച്ചു. എന്നാൽ ബ്രിട്ടീഷ് സൈന്യം എല്ലാ സന്നാഹങ്ങളോടും കൂടിവന്ന് ഇന്ത്യൻ സൈന്യത്തെ തകർത്തുകളഞ്ഞു. അവർ ചക്രവർത്തിയെ ബർമ്മയിലേക്ക് നാടുകടത്തി.

ഇങ്ങനെ ബ്രിട്ടീഷ് ഭരണത്തിന്റെ ഒന്നാംഘട്ടം അവസാനിച്ചു. അതാ യത് ഇംഗ്ലീഷ് ഈസ്റ്റ് ഇന്ത്യാ കമ്പനിയുടെ ഭരണം അവസാനിച്ചു. ഇനി വരാൻ പോകുന്നത് ബ്രിട്ടീഷ് ഗവൺമെന്റിന്റെ നേരിട്ടുള്ള ഭരണമാണ്.

1857 ൽ നടന്ന ഇന്ത്യയുടെ ഒന്നാം സ്വാതന്ത്ര്യസമരത്തോടെ ബ്രിട്ടീ ഷുകാർക്ക് ഒരുകാര്യം മനസ്സിലായി. നീറിപ്പുകഞ്ഞുകൊണ്ടിരിക്കുന്ന ഒരു അഗ്നിപർവ്വതത്തിന്റെ മുകളിലാണ് തങ്ങളുടെ സാമ്രാജ്യം പടുത്തുയർത്തി യിരിക്കുന്നതെന്ന്.

അക്കാലത്ത് ഇംഗ്ലണ്ടിൽ പോയി ആധുനിക വിദ്യാഭ്യാസം നേടി ഇന്ത്യയിൽ തിരിച്ചെത്തിയവരും ഇന്ത്യയിൽത്തന്നെയുള്ള കോളേജുകളിൽ പാശ്ചാത്യരീതിയിലുള്ള വിദ്യാഭ്യാസം നേടിയവരുമായ യുവാക്കളുടെ ഒരു വലിയ നിരതന്നെയുണ്ടായി. ഇവരെല്ലാം തന്നെ ഇന്ത്യയിലെ വരേണ്യ വർഗ്ഗത്തിൽപ്പെട്ടവർ ആയിരുന്നു. ഇംഗ്ലീഷ് വിദ്യാഭ്യാസം നേടിയതോടെ തങ്ങൾക്കും ഭരണത്തിൽ പങ്കാളിത്തം വേണമെന്നും ബ്രിട്ടീഷ് സാമ്രാ ജ്യത്തിലെ തുല്യ പൗരന്മാരാണെന്ന അംഗീകാരം വേണമെന്നും ഉള്ള ആഗ്രഹം അവർക്ക് കലശലായി ഉണ്ടായി. പലരും ഇംഗ്ലണ്ടിൽ പോയി ഇംഗ്ലീഷ് വിദ്യാർത്ഥികളോട് മത്സരിച്ച് ഇന്ത്യൻ സിവിൽ സർവ്വീസ് പ്രശം സാർഹമായി പാസായി. സുരേന്ദ്രനാഥ ബാനർജിയായിരുന്നു അവരിൽ ഒന്നാമൻ. എന്നാൽ ചില സാങ്കേതിക കാരണങ്ങൾ പറഞ്ഞ് ബാനർജിക്ക് ഐ സി എസ് നിഷേധിക്കുകയാണ് ബ്രിട്ടീഷ് ഗവൺമെന്റ് ചെയ്തത്. അഭ്യസ്തവിദ്യരായ ഇന്ത്യൻ യുവാക്കൾക്ക് വേറെയും ആവലാതികൾ ഉണ്ടായിരുന്നു. ഐ സി എസ് പരീക്ഷ നടന്നിരുന്നത് ഇംഗ്ലണ്ടിൽവെച്ചാ ണ്. പരീക്ഷയിൽ പങ്കെടുക്കാൻ ആഗ്രഹിക്കുന്ന മത്സരാർത്ഥികൾ കടൽ കടന്ന് ഇംഗ്ലണ്ടിൽച്ചെന്ന് പരീക്ഷയെഴുതുക എന്നത് വലിയ സാമ്പത്തിക ബാദ്ധ്യത ഉണ്ടാക്കുന്ന കാര്യമാണ്. ഐ സി എസ് പരീക്ഷ ഇന്ത്യയിൽ വെച്ച് നടത്തണമെന്നുള്ള മുറവിളി ഇന്ത്യൻ വിദ്യാർത്ഥികളിൽ നിന്നും ഉണ്ടായി. എന്നാൽ അതെല്ലാം കേവലം വനരോദനങ്ങൾ ആയി മാറുക യാണുണ്ടായത്.

ഇന്ത്യൻ യുവാക്കളിൽ നീറിപ്പുകയുന്ന ഈ അസ്വസ്ഥതകൾക്ക് ഏതെങ്കിലും തരത്തിൽ ഒട്ടൊരു ശമനം കണ്ടില്ലെങ്കിൽ 1857 വീണ്ടും മറ്റൊരു രീതിയിൽ ആവർത്തിച്ചേക്കുമെന്ന് ബ്രിട്ടീഷ് ഭരണതന്ത്രജ്ഞന്മാർ ഭയപ്പെട്ടുതുടങ്ങി. ഈ പ്രശ്നത്തിന് ഒരു പരിഹാരം എന്ന രീതിയിൽ ഇന്ത്യൻ യുവാക്കൾക്ക് ഒത്തുചേരുന്നതിനും അവരുടെ ആവലാതികളും പരാതികളും ചർച്ച ചെയ്യുന്നതിനും ഒരു പൊതുവേദി ഉണ്ടാകുന്നത് നല്ല തായിരിക്കുമെന്ന ആശയം റിട്ടയാർഡ് ഇംഗ്ലീഷ് സിവിൽ സർവ്വീസ് ഉദ്യോ ഗസ്ഥനായ എ ഒ ഹ്യൂമിന്റെ മനസ്സിൽ ഉദയം ചെയ്തു. അങ്ങനെയാണ് ഇന്ത്യൻ നാഷണൽ കോൺഗ്രസ് എന്ന സംഘടന രൂപീകൃതമായത്.

ഇന്ത്യൻ നാഷണൽ കോൺഗ്രസിന്റെ ആദ്യ സമ്മേളനം 1885 ൽ ബോംബെയിൽ വെച്ച് നടന്നു. 72 പ്രതിനിധികൾ ഇന്ത്യയുടെ വിവിധ ഭാഗങ്ങളിൽ നിന്നായി പങ്കെടുത്തു. ഡബ്ല്യു സി ബാനർജിയെ കോൺഗ്രസ് പ്രസിഡന്റായി തിരഞ്ഞെടുത്തു.

ഇന്ത്യൻ നാഷണൽ കോൺഗ്രസിന്റെ ഒന്നാം സമ്മേളനം തൊട്ട് മഹാ ത്മാഗാന്ധി കോൺഗ്രസിന്റെ നേതൃത്വം ഏറ്റെടുക്കുന്നതുവരെയുള്ള കോൺഗ്രസിന്റെ ചരിത്രം കേവലം പ്രമേയം പാസാക്കലുകളിൽ ഒതുങ്ങി. പ്രമേയം പാസാക്കി ഇന്ത്യ സ്റ്റേറ്റ് സെക്രട്ടറിക്ക് അയച്ചുകൊടുക്കുക എന്ന തായിരുന്നു കോൺഗ്രസിന്റെ പരിപാടി. പ്രമേയങ്ങളിൽ പറഞ്ഞിരുന്ന കാര്യങ്ങൾ നടപ്പിൽവരുത്തുന്നതിന് യാതൊരു കർമ്മ പരിപാടിയും ആവി ഷ്കരിച്ചിരുന്നില്ല. എന്നാൽ കോൺഗ്രസിന്റെ അന്നത്തെ നേതാക്കന്മാ രെല്ലാം പ്രഗത്ഭന്മാരും വിദ്യാസമ്പന്നന്മാരും ബുദ്ധിജീവികളുമായിരുന്നു. മറ്റൊരു സവിശേഷത ഇന്ത്യയിൽ എല്ലാ സമുദായങ്ങളെയും പ്രദേശങ്ങ ളെയും പ്രതിനിധാനം ചെയ്യാൻ കോൺഗ്രസിനു കഴിഞ്ഞു എന്നുള്ളതാ ണ്. ഹിന്ദുവും മുസൽമാനും ക്രിസ്ത്യാനിയും പാർസിയുമെല്ലാം കോൺഗ്രസിന് നേതൃത്വം കൊടുത്തു.

കോൺഗ്രസ് പാസാക്കിയ പ്രമേയങ്ങളിൽ പ്രധാനമായവ ഇവയാണ്:

1. പ്രാദേശിക ഭരണത്തിൽ ഇന്ത്യക്കാർക്ക് പങ്കാളിത്തം നല്കുക.

2. ഐ സി എസ് പരീക്ഷ ഇന്ത്യയിൽവെച്ചും ഇംഗ്ലണ്ടിൽവെച്ചും നട ത്തുക. മത്സരാർത്ഥികളുടെ പ്രായം 19 ൽ നിന്നും 21 ആക്കി ഉയർത്തുക.

3. മിലിറ്ററി ചെലവുകൾ കുറയ്ക്കുക.

4. ഇന്ത്യയിൽ അടിക്കടി വർദ്ധിച്ചുവരുന്ന ക്ഷാമത്തിനും പട്ടിണിമരണ ത്തിനും കാരണമായ അന്യായമായ നികുതിചുമത്തൽ, ഇന്ത്യൻ വ്യവ സായങ്ങളെ നാശത്തിലേക്ക് നയിക്കുന്ന ഡ്യൂട്ടി ചുമത്തൽ ഇവ ഒഴി വാക്കുക.

5. സാങ്കേതിക വിദ്യാഭ്യാസം പ്രോത്സാഹിപ്പിക്കുക.

6. സൗത്താഫ്രിക്കയിലെ ഇന്ത്യക്കാരുടെ പ്രശ്നങ്ങൾ പരിഹരിക്കുക.

1889 ൽ സർ വില്യം വേധർബേണിന്റെ അദ്ധ്യക്ഷതയിൽ ബോംബെ യിൽ കൂടിയ കോൺഗ്രസ് സമ്മേളനത്തിലാണ് ജി പി ആദ്യമായി ഒരു കോൺഗ്രസുകാരനായി പങ്കെടുത്തത്. പക്ഷേ, 1894 ലെ മദ്രാസ് കോൺഗ്ര സുമുതലാണ് അദ്ദേഹം അറിയപ്പെടുന്ന ഒരു കോൺഗ്രസ് നേതാവായ ത്. ആൽഫ്രഡ് വെബ്ബിന്റെ അദ്ധ്യക്ഷതയിൽ കൂടിയ ആ കോൺഗ്രസിന്റെ സെക്രട്ടറിമാരിൽ ഒരാളായിരുന്നു അദ്ദേഹം.

1895 ൽ സുരേന്ദ്രനാഥ ബാനർജി അദ്ധ്യക്ഷനായുള്ള കോൺഗ്രസ് സമ്മേളനം പൂനയിൽ ചേർന്നു. ഈ സമ്മേളനത്തിന്റെ മൂന്നാം ദിവസത്തെ കാര്യപരിപാടികൾ ഉദ്ഘാടനം ചെയ്യപ്പെട്ടത് ജി പി പിള്ളയുടെ ആവേ ശോജ്ജ്വലമായ പ്രസംഗത്തോടുകൂടിയാണ്. ദക്ഷിണാഫ്രിക്കയിലെ ഇന്ത്യാ ക്കാരുടെ അവശതകൾ കോൺഗ്രസിന്റെ മുമ്പിൽ അദ്ദേഹം അവതരിപ്പിച്ചു. ദക്ഷിണാഫ്രിക്കയിലെ ഇന്ത്യക്കാരുടെ പ്രശ്നങ്ങൾ പരിഹരിക്കുന്നതിന്

ബ്രിട്ടീഷ് ഗവൺമെന്റും ഇന്ത്യാ ഗവൺമെന്റും ഒന്നുപോലെ ശ്രദ്ധിക്കണ മെന്ന് അദ്ദേഹം ആവശ്യപ്പെട്ടു. ഈ സമ്മേളനത്തിൽ ജി പി പിള്ള ചെയ്ത പ്രസംഗത്തെ മിസ്സിസ്സ് ആനി ബസന്റ് ഇങ്ങനെ അനുസ്മരിക്കുന്നു:

തുടർന്നുവന്ന കാര്യങ്ങൾ പരിഗണിക്കുമ്പോൾ മൂന്നാം ദിവസത്തെ കോൺഗ്രസ് സമ്മേളനത്തിന്റെ തുടക്കം പ്രത്യേകം താല്പര്യം ജനി പ്പിക്കുന്നതായിരുന്നു. എന്തുകൊണ്ടെന്നാൽ ഈ സമ്മേളനമാണ് ദക്ഷിണാഫ്രിക്കയിലെ ഇന്ത്യക്കാരുടെ സംരക്ഷണം ബ്രിട്ടീഷ് ഗവൺമെന്റിനോട് ആവശ്യപ്പെട്ടത്. അന്ന് നിലവിലുണ്ടായിരുന്ന ദക്ഷിണാഫ്രിക്കൻ റിപ്പബ്ലിക്കിൽ ഇന്ത്യക്കാരുടെ മേൽ അടിച്ചേല്പി ച്ചിരുന്ന അവശതകൾ ശ്രീ ജി പരമേശ്വരൻപിള്ള പ്രത്യേകമായി പരാമർശിച്ചു.

1896 ൽ മുഹമ്മദ് റഹ്മത്തുള്ള സയാനിയുടെ അദ്ധ്യക്ഷതയിൽ കൽക്ക ത്തയിൽ കൂടിയ കോൺഗ്രസ് സമ്മേളനത്തിലും ജി പി നേതൃനിരയിൽ ഉണ്ടായിരുന്നു. ഈ സമ്മേളനം പലതുകൊണ്ടും സുപ്രധാനമായിരുന്നു. കോൺഗ്രസ് സമ്മേളനത്തിൽ സന്തോഷവും സന്താപവും ഒരുപോലെ തങ്ങിനിന്ന ഒരു അവസരമായിരുന്നു അത്. വിക്ടോറിയ മഹാരാജ്ഞി യുടെ കിരീടധാരണത്തിന്റെ 60-ാം വാർഷികം അടുത്ത ജൂൺ മാസത്തിൽ എത്തിച്ചേരുകയായിരുന്നു. അത് കോൺഗ്രസ് നേതാക്കൾക്ക് അത്യധികം ആഹ്ലാദം പകർന്ന ഒരു വസ്തുതയായിരുന്നു. ഇന്ത്യയുടെ അഭ്യുദയകാം ക്ഷിയും ബ്രിട്ടീഷ് പാർലമെന്റിൽ ബ്രിട്ടീഷ് കമ്മിറ്റിയുടെ ഡെലിഗേറ്റു മായി ഡബ്ല്യു എസ് കെയിൻ ഈ സമ്മേളനത്തിൽ പങ്കെടുക്കുന്നുണ്ടാ യിരുന്നു. ഇതും കോൺഗ്രസ് നേതാക്കന്മാരെ സന്തോഷിപ്പിച്ചു. എന്നാൽ പട്ടിണിമരണങ്ങളും പ്ലേഗും, നാടിന്റെ പലഭാഗത്തും പൊട്ടിപ്പുറപ്പെട്ടത് ഈ സന്തോഷത്തെ കെടുത്തിക്കളഞ്ഞു. അതിനാൽ സമ്മിശ്ര വികാര ങ്ങളോടെയാണ് പന്ത്രണ്ടാമത് കോൺഗ്രസ് സമ്മേളനം കൽക്കത്തയിൽ ചേർന്നത്.

ഈ സമ്മേളനം നാലാമത്തെ ഇനമായി ചർച്ച ചെയ്തത് അധീശ ഗവൺമെന്റിന്റെ അധികാരം വെട്ടിക്കുറയ്ക്കുന്നതിനെപ്പറ്റിയാണ്. പ്രാദേ ശിക ഗവൺമെന്റിന് കൂടുതൽ അധികാരം നൽകിയാൽ മാത്രമേ ജന ക്ഷേമകരമായ പ്രവർത്തനങ്ങൾ നടത്താൻ സാധിക്കുകയുള്ളൂവെന്ന് പ്രമേ യത്തിൽ ചൂണ്ടിക്കാട്ടി. ബാലഗംഗാധര തിലകനാണ് പ്രമേയം അവതരി പ്പിച്ചത്. ജി പി പിള്ളയും, മദൻമോഹൻ മാളവ്യയും പ്രമേയത്തിന്മേലുള്ള ചർച്ചയിൽ സജീവമായി പങ്കെടുത്തു. ജനങ്ങളുടെ സന്തോഷവും സംതൃ പ്തിയും പ്രാദേശികഗവൺമെന്റിന്റെ ഭരണസാമർത്ഥ്യത്തിലാണ് ആശ്ര യിച്ചു നില്ക്കുന്നതെന്നും അതുകൊണ്ട് പരമാധികാര ഗവൺമെന്റിന്റെ

അധികാരം വെട്ടിക്കുറയ്ക്കണമെന്നും ആവശ്യപ്പെടുന്ന പ്രമേയം പാസാക്കി.

പതിനാറാമത്തെ ഇനമായി വന്ന പ്രമേയവും ജി പി പിള്ളയാണ് അവതരിപ്പിച്ചത്. ബോംബെയിലെയും മദ്രാസിലെയും എക്സിക്യൂട്ടീവ് കൗൺസിലിലേക്ക് രണ്ടു മെമ്പർമാർക്ക് പകരം മൂന്ന് മെമ്പർമാരെ തെരഞ്ഞെടുക്കുന്നതിനെപ്പറ്റിയാണ് ഈ പ്രമേയം. മൂന്നാമത്തെ മെമ്പർ ഒരു നോൺ സിവിലിയൻ ആയിരിക്കണമെന്നും പ്രമേയം ആവശ്യപ്പെട്ടു. ഇതു കൊണ്ടുള്ള പ്രയോജനം വോട്ടിങ്ങിൽ തുല്യനില വരുമ്പോൾ ഗവർണ്ണ റുടെ കാസ്റ്റിങ് വോട്ട് നിർണ്ണായകമാകുകയും അത് തീരുമാനം നടപ്പിൽ വരുത്തുവാൻ ഗവർണ്ണറെ സഹായിക്കും എന്നുള്ളതാണ്. അലി മുഹമ്മദ് ഭീംജി ഈ പ്രമേയത്തെ പിന്താങ്ങുകയും തുടർന്ന് പ്രമേയം പാസാക്കു കയും ചെയ്തു.

1897 ഡിസംബറിൽ അമരാവതിയിൽ ചേർന്ന കോൺഗ്രസ് സമ്മേ ളനം പലതുകൊണ്ടും ശ്രദ്ധേയമായിരുന്നു. അത് മലയാളികൾക്ക് എക്കാ ലത്തും അഭിമാനിക്കാൻ വക നല്കുന്ന ഒരു സമ്മേളനമായിരുന്നു. ആ സമ്മേളനത്തിൽ വെച്ചാണ് സർ സി ശങ്കരൻനായർ കോൺഗ്രസ് പ്രസി ഡന്റായി തിരഞ്ഞെടുക്കപ്പെടുന്നത്. ഇന്ത്യൻ നാഷണൽ കോൺഗ്രസിന്റെ പ്രസിഡന്റ് പദം അലങ്കരിച്ച ഏക മലയാളിയും സർ സി ശങ്കരൻനായ രാണ്. അമരാവതി കോൺഗ്രസ് പ്രക്ഷുബ്ധമായ ഒന്നായിരുന്നു. ഭാരതം പട്ടിണിമരണത്തിന്റെയും പ്ലേഗിന്റെയും പിടിയിൽ അമർന്ന് കഴിഞ്ഞിരുന്നു. ലക്ഷക്കണക്കിന് ആളുകൾ പട്ടിണികൊണ്ടും പ്ലേഗുകൊണ്ടും മരണത്തിന് കീഴടങ്ങി. ഇതിനെല്ലാം കാരണം ബ്രിട്ടീഷ് ഗവൺമെന്റ് ഇന്ത്യയെ കൊള്ള യടിക്കുന്നതാണെന്നും ഇന്ത്യയിൽ നിന്നുള്ള വരുമാനത്തിന്റെ കുറെ ഭാഗ മെങ്കിലും ഇന്ത്യക്കാരുടെ നന്മയ്ക്കുവേണ്ടി ചെലവാക്കിയിരുന്നെങ്കിൽ ഇതെല്ലാം ഒഴിവാക്കാമായിരുന്നെന്നും കോൺഗ്രസ് നേതാക്കൾ അഭിപ്രാ യപ്പെട്ടു. പൂനയിൽ പ്ലേഗുരോഗം പടർന്നുപിടിച്ചതിനെത്തുടർന്ന് ഒരു പ്ലേഗ് കമ്മിറ്റിയെ ഗവൺമെന്റ് നിയമിക്കുകയുണ്ടായി. ഈ കമ്മിറ്റിയുടെ ഉത്ത രവുപ്രകാരം പ്രവർത്തിച്ചിരുന്ന ചില ഇംഗ്ലീഷ് ഉദ്യോഗസ്ഥന്മാർ നാട്ടു കാരുടെ വിദ്വേഷം ക്ഷണിച്ചുവരുത്തുന്ന രീതിയിൽ പ്രവർത്തിച്ചുതുടങ്ങി. അവർ പല വീടുകളിലും പ്രത്യേകിച്ച് സ്ത്രീകളുടെ കിടപ്പുമുറിയിൽവരെ കയറിച്ചെന്ന് പ്ലേഗ് ബാധിതർ ഉണ്ടോയെന്ന് തെരഞ്ഞുതുടങ്ങി. ഹിന്ദു ക്കളുടെയും മുസ്ലീങ്ങളുടെയും എല്ലാം വീടുകൾ തോറും കയറി പരിശോ ധന തുടങ്ങി. ഇത് നാട്ടുകാരിൽനിന്നും വലിയ എതിർപ്പിന് കാരണമാ യി. രോഗം സംശയിക്കുന്നവരെ ക്യാമ്പുകളിലേക്ക് മാറ്റി. ഇതിനിടയിൽ രണ്ട് ബ്രിട്ടീഷ് ഉദ്യോഗസ്ഥന്മാർ വധിക്കപ്പെട്ടു. പ്ലേഗു കമ്മിറ്റിയുടെ പ്രസി ഡന്റായിരുന്ന മി. റാൻഡും ലഫ്റ്റനന്റും എയർസ്റ്റും ആയിരുന്നു അവർ.

സർ. സി ശങ്കരൻ നായർ

ഈ കൊലപാതകത്തിന് പിന്നിൽ പ്രവർത്തിച്ചത് നാട്ടുസഹോദരന്മാർ എന്നറിയപ്പെട്ടിരുന്ന പൂനയിലെ രണ്ടു സർദാർമാരായിരുന്നുവെന്ന സംശയത്തിന്റെ പേരിൽ യാതൊരു തരത്തിലുള്ള വിചാരണയും കൂടാതെ അവരെ അറസ്റ്റു ചെയ്യു കയും തടവിൽ പാർപ്പിക്കുകയും ചെയ്തു. കൂടാതെ ബാലഗംഗാധര തിലകനെയും രണ്ടു പ്രാദേശിക പത്രങ്ങളുടെ എഡിറ്റർമാരെയും ആറ് യൂറോപ്യൻ ജഡ്ജിമാരും മൂന്ന് ഇന്ത്യൻ ജഡ്ജിമാരും അട ങ്ങുന്ന ഒരു കോടതിയിൽ ഹാജ രാക്കി നിയമ നടപടികൾ കേവലം പ്രഹസനമാക്കി, ക്രിമിനൽ തടവു പുള്ളികളായി പ്രഖ്യാപിച്ചു. സർ സി ശങ്കരൻനായർ തന്റെ അദ്ധ്യക്ഷ പ്രസംഗത്തിൽ ബ്രിട്ടീഷ് ഗവൺമെന്റിന്റെ ഈ നടപടികളെ രൂക്ഷമായി വിമർശിച്ചു.

1898 ൽ ആനന്ദമോഹൻ ബോസ് പ്രസിഡന്റായിട്ടുള്ള കോൺഗ്രസ് സമ്മേളനം മദ്രാസിൽ ചേർന്നു. ഈ സമ്മേളനത്തിലും ജി പി പിള്ള സജീവമായി പങ്കുകൊണ്ടു. പതിവുപോലെ ദക്ഷിണാഫ്രിക്കയിലെ ഇന്ത്യാ ക്കാരുടെ പ്രശ്നങ്ങൾ തന്നെയാണ് ജി പി ഇപ്രാവശ്യവും കോൺഗ്രസിന്റെ ശ്രദ്ധയിൽ കൊണ്ടുവന്നത്. ഇന്ത്യക്കാരുടെ പ്രശ്നങ്ങൾ അദ്ദേഹം ഇങ്ങനെ വിശദീകരിച്ചു.

1894 ൽത്തന്നെ ഇന്ത്യക്കാരുടെ വോട്ടവകാശം എടുത്തു കളഞ്ഞി രുന്നു. 1897 ആയപ്പോഴേക്കും അവർ സ്ഥിരമായ അടിമത്തമോ, അല്ലെങ്കിൽ പോൾ ടാക്സ് കൊടുത്ത് പൗരത്വം നിലനിർത്തുകയോ ഏതെങ്കിലും ഒന്ന് തെരഞ്ഞെടുക്കേണ്ടതായി വന്നിരിക്കുന്നു.

ഈ സ്ഥലത്തുതന്നെ മിസ്റ്റർ ഗാന്ധി സമരം ആരംഭിച്ചുകഴിഞ്ഞി രുന്നു. ഇത് എത്രനാൾ നീണ്ടുനില്ക്കുമെന്ന് അന്ന് ആർക്കും അറി ഞ്ഞുകൂടായിരുന്നു. കൂടാതെ മൂന്ന് പുതിയ ബില്ലുകൾ ഇന്ത്യക്കാ രുടെ പേര് എടുത്തുപറയാതെ ഇന്ത്യക്കാർക്ക് എതിരായി പാസാ ക്കിയിരുന്നു.

ട്രാൻസ്വാൾ റിപ്പബ്ലിക്ക് ഇന്ത്യക്കാരെ ചില പ്രത്യേക സ്ഥലങ്ങളി ലേക്ക് ഒതുക്കുന്നു. അതും നഗരത്തിനു പുറത്തുള്ള സ്ഥലങ്ങളിൽ അനുസരിക്കാത്തവരെ വെടിവെക്കുന്നു. ഇന്ത്യക്കാർക്ക് വേണ്ടി ചൂണ്ടിക്കാണിക്കപ്പെട്ടിട്ടുള്ള സ്ഥലം ചവറ് കൂനകൾക്ക് സമീപ ത്താണ്. ചില കോളനികൾ ഫുട്പാത്തിൽ നടക്കുന്നതിൽ നിന്നും അവരെ വിലക്കിയിരുന്നു.

തീവണ്ടികളിൽ ഒന്നാം ക്ലാസിലോ, രണ്ടാം ക്ലാസിലോ യാത്രചെ യ്യുന്നതും സ്വർണ്ണം കൈവശം വയ്ക്കുന്നതും രാത്രി ഒൻപതുമ ണിക്കുശേഷം പുറത്തിറങ്ങുന്നതും പാസ് കൂടാതെ യാത്ര ചെയ്യു ന്നതും എല്ലാം വിലക്കിയിരിക്കുന്നു.

പരമേശ്വരൻ പിള്ള ഇങ്ങനെ തുടർന്നു.

ഇതു ഒരു നാണക്കേട് തന്നെയാണ്. മഹാരാജ്ഞിയുടെ പ്രജക ളായ നമുക്ക് ബ്രിട്ടീഷുകാരോട് മത്സരിച്ച് ബ്രിട്ടീഷ് കോമൺസഭ യിൽ വരെ പ്രവേശിക്കാൻ യോഗ്യതയുണ്ട്. അങ്ങനെയുള്ള നാം കോളനികളിലെ വെള്ളക്കാരായ അധീശ ജനങ്ങളുടെ വിറകുവെ ട്ടുകാരും, വെള്ളംകോരികളും ആയി താഴ്ന്നവർഗ്ഗക്കാരായിത്തീ രുന്നത് ലജ്ജാകരവും അപമാനകരവുമാണ്.

1898 ൽ ജി പി പിള്ളയെ സംബന്ധിച്ചിടത്തോളം ദുഃഖം നിറഞ്ഞ ഒരു വർഷമായിരുന്നു. അദ്ദേഹം വളരെയധികം ബഹുമാനിക്കുകയും സ്നേഹിക്കുകയും ചെയ്തിരുന്ന ബ്രിട്ടീഷ് ഭരണാധികാരി ഡബ്ല്യു ഇ ഗ്ലാഡ്സ്റ്റൻ അക്കൊല്ലമാണ് നിര്യാതനായത്. *ലണ്ടനും പാരീസും* എന്ന യാത്രാവിവരണ ഗ്രന്ഥത്തിൽ ജി പി ഗ്ലാഡ്സ്റ്റന്റെ പ്രസംഗം കേൾക്കുന്ന തിനുവേണ്ടി പോകുന്നതിന്റെ ഒരു വിവരണമുണ്ട്. അദ്ദേഹത്തിന്റെ പ്രസംഗം കേട്ടതിന്റെ പിറ്റേദിവസം ജി പിക്ക് അദ്ദേഹവുമായി ഒരു അഭി മുഖ സംഭാഷണം നടത്താനുള്ള ഒരു സുവർണ്ണാവസരം ലഭിച്ചു. ജി പി ഈ സംഭവം തന്റെ ജീവിതത്തിലെ ഏറ്റവും വലിയ ഭാഗ്യമായാണ് കണ ക്കാക്കിയിരുന്നത്.

ജി പി പിന്നീട് അഭിഭാഷകനായിത്തീരുകയും വളരെയേറെ പണം സമ്പാദിക്കുകയും ചെയ്തു. ആ സമയത്ത് അദ്ദേഹം പൂജപ്പുരയിൽ ഒരു മണിമന്ദിരം തന്നെ തീർത്തു. അതിന് ജി പി കൊടുത്തിരുന്ന പേര് ഗ്ലാഡ്സ്റ്റൺ ഹൗസ് എന്നാണ്. തന്റെ രാഷ്ട്രീയ ഗുരുനാഥന്റെ സ്മരണ യോടുള്ള ബഹുമാനാർത്ഥമാണ് ഈ പേര് നൽകിയത്. ചരിത്രാഖ്യായി കകാരനായ സി വി രാമൻപിള്ളയ്ക്ക് തന്റെ ഗുരുവായ റോസ്കോട്ട് പോലെയാണ് ജി പി പിള്ളയ്ക്ക് ഗ്ലാഡ്സ്റ്റൺ.

1898 ലെ കോൺഗ്രസിനെ സംബന്ധിച്ചിടത്തോളം സുപ്രധാനമായ ഒരു സംഭവം കർസൺ പ്രഭുവിന്റെ ആഗമനമാണ്. കോൺഗ്രസ് വലിയ സന്തോഷത്തോടെയാണ് കർസൺ പ്രഭുവിനെ ഇന്ത്യയിലേക്ക് സ്വാഗതം ചെയ്തത്. പുരോഗമനപരമായ പല നടപടികളും അദ്ദേഹം കൈക്കൊ ള്ളുമെന്ന് കോൺഗ്രസ് പ്രതീക്ഷിച്ചിരുന്നു. എന്നാൽ 1905 ൽ നടന്ന കുപ്ര സിദ്ധമായ ബംഗാൾ വിഭജനത്തോടെ കർസൺ പ്രഭുവിന്റെ തനിനിറം കോൺഗ്രസിന് ബോദ്ധ്യമായി.

1898 ലെ സമ്മേളനമാണ് ജി പി പങ്കെടുക്കുന്ന അവസാനത്തെ കോൺഗ്രസ് സമ്മേളനം. 1899 ൽ അദ്ദേഹം നിയമം പഠിക്കാൻ ലണ്ടനിൽ പോയി. പിന്നീട് 1902 ൽ നിയമ ബിരുദം സമ്പാദിച്ച് തിരുവിതാംകൂറി ലേക്ക് മടങ്ങി.

7

ദക്ഷിണാഫ്രിക്കയും ഗാന്ധിജിയും ജി പി പിള്ളയും

ആയിരത്തിയെണ്ണൂറ്റി തൊണ്ണൂറ്റി മൂന്ന് ഏപ്രിൽ മാസത്തിൽ 400 ൽപ്പരം യാത്രക്കാരെ കുത്തിനിറച്ച ഒരു സ്റ്റീമർ ബോംബെ തുറമുഖത്ത് നിന്നും ദക്ഷിണാഫ്രിക്കയിലേക്ക് പുറപ്പെട്ടു. ഇതിൽ 24 വയസ്സ് തോന്നിക്കുന്ന ലജ്ജാശീലനായ ഒരു ഗുജറാത്തി യുവാവും ഉണ്ടായിരുന്നു. മോഹൻദാസ് കരംചന്ദ് ഗാന്ധി എന്നായിരുന്നു ആ യുവാവിന്റെ പേർ. സൂര്യനസ്തമി ക്കാത്ത ബ്രിട്ടീഷ് സാമ്രാജ്യത്തിന്റെ അസ്തിവാരം ഇളക്കുവാൻ ഉള്ള ശക്തി ആ യുവാവിൽ അന്തർലീനമായിട്ടുണ്ടെന്നുള്ള സത്യം ആ യുവാവോ അദ്ദേഹത്തെ യാത്രയാക്കുവാൻ വന്ന അടുത്ത സ്നേഹിതരോ ബന്ധുക്കളോ അറിഞ്ഞിരുന്നില്ല. കേവലം രണ്ടു വർഷങ്ങൾക്ക് മുമ്പു മാത്രം ഒരു അഭിഭാഷകനായി സന്നത് എടുത്ത മോഹൻദാസ് ഗാന്ധി ഉപജീവനാർത്ഥം ദക്ഷിണാഫ്രിക്കയിലേക്ക് പോകുകയാണ്. ദാദാ അബ്ദുള്ള ആന്റ് കമ്പനി എന്ന പ്രസിദ്ധ കച്ചവടസ്ഥാപനത്തിന് വേണ്ടി കേസ് നടത്തിക്കൊണ്ടിരുന്ന സീനിയർ അഭിഭാഷകരുടെ നിയമസഹാ യിയായാണ് അദ്ദേഹം ദക്ഷിണാഫ്രിക്കയിൽ പോകുന്നത്. മെയ് മാസം അവസാനത്തോടെ അദ്ദേഹം ദക്ഷിണാഫ്രിക്കയിലെ നേട്ടാളിൽ എത്തി ച്ചേർന്നു.

ദക്ഷിണാഫ്രിക്കയിൽ ഇന്ത്യക്കാർ നയിച്ചിരുന്ന മൃഗതുല്യമായ ജീവിതം ആ യുവാവിന്റെ ഹൃദയത്തെ കലുഷിതമാക്കി. വെള്ളക്കാർ ഇന്ത്യക്കാരോട് കാണിച്ചിരുന്ന ക്രൂരതകൾ ആത്മാഭിമാനമുള്ള ഒരു ഇന്ത്യ ക്കാരനും സഹിക്കാൻ സാധിക്കുമായിരുന്നില്ല. ഇതുകൂടാതെ അദ്ദേഹ ത്തിന് വെള്ളക്കാരിൽനിന്നും കയ്പ് നിറഞ്ഞ പല അനുഭവങ്ങളും ഉണ്ടാ യി. താൻ നേരിട്ട് അനുഭവിച്ചതും നേരിൽ കണ്ടതുമായ സംഗതികൾ ആ യുവാവിന്റെ ഉറക്കം കെടുത്തി. ഇംഗ്ലണ്ടിൽ നിന്നും ബാരിസ്റ്റർ പരീക്ഷ പാസായി ഹൈക്കോടതി വക്കീലായി പ്രാക്ടീസ് ചെയ്യാൻ യോഗ്യത

നേടിയിട്ടുള്ള തനിക്ക്, താൻ ഒരു ഇന്ത്യക്കാരനായിപ്പോയതുകൊണ്ട് മാത്രം വെള്ളക്കാർ ഹോട്ടലിൽ മുറി നിഷേധിക്കുന്നു; തീവണ്ടിയിൽ ഉയർന്ന ക്ലാസിലുള്ള യാത്ര നിഷേധിക്കുന്നു; പ്രധാന നിരത്തിൽക്കൂടി സഞ്ചരി ക്കുന്നതിനുള്ള സ്വാതന്ത്ര്യം നിഷേധിക്കുന്നു. താൻ ഒരു നിയമവിദ്യാർത്ഥി യായി ഇംഗ്ലണ്ടിൽ താമസിച്ചിരുന്ന കാലത്തുപോലും ഇങ്ങനെയുള്ള അനു ഭവങ്ങൾ ഉണ്ടായിട്ടില്ല. ഇന്ത്യക്കാരനായ ഒരു അഭിഭാഷകന്റെ അനുഭവം ഇതാണെങ്കിൽ കൂലിപ്പണിക്കാരായ ഇന്ത്യക്കാരുടെ അനുഭവം എന്തായി രിക്കും? അവരുടെ ദുരിതപൂർണ്ണമായ ജീവിതം ഗാന്ധിജി നേരിൽക്കണ്ടു.

ട്രാൻസ്വാൾ, നേട്ടാൾ, ഓറഞ്ച് ഫ്രീസ്റ്റേറ്റ്, കേപ്പ് കോളനി ഇങ്ങനെ നാല് കോളനികൾ ആയി ദക്ഷിണാഫ്രിക്ക വിഭജിക്കപ്പെട്ടിരുന്നു. അതിൽ കേപ്പ് കോളനി ഡച്ച് അധീനതയിൽ ആയിരുന്നു ബാക്കി മൂന്ന് പ്രദേശ ങ്ങളും ബ്രിട്ടീഷ് അധീനതയിലും. ഈ കോളനികളിലെ ആദിമനിവാസി കൾ നീഗ്രോകൾ ആയിരുന്നു. പിന്നീട് വെള്ളക്കാർ ദക്ഷിണാഫ്രിക്കയിൽ വരികയും തോട്ടംകൃഷിയിൽ ഏർപ്പെടുകയും ചെയ്തു. കാപ്പി, ചായ, കരിമ്പ് മുതലായ തോട്ടംകൃഷികളിൽ അവർ വ്യാപൃതരായി. ഈ മേഖ ലയിൽ പണിയെടുക്കുന്നതിന് സമർത്ഥരായ തൊഴിലാളികളുടെ ഒരു സേന തന്നെ ആവശ്യമായിരുന്നു. നീഗ്രോകൾ ജന്മനാതന്നെ അലസ ന്മാരും മടിയന്മാരുമാണ്. അവർക്ക് കഠിനാദ്ധ്വാനം ഇഷ്ടമില്ല. തൊഴിലാളി കളുടെ ആവശ്യം നിറവേറ്റുന്നതിനുവേണ്ടി ദക്ഷിണാഫ്രിക്കൻ വെള്ളക്കാർ ഇന്ത്യാ ഗവൺമെന്റിനെ സമീപിച്ചു. അങ്ങനെയാണ് മദിരാശിയിലെയും ഉത്തരപ്രദേശിലെയും ദരിദ്രരായ ഗ്രാമീണർ ദക്ഷിണാഫ്രിക്കയിൽ എത്തി ച്ചേർന്നത്. തൊഴിലാളികൾ തന്നെ രണ്ടു തരക്കാരായിരുന്നു. അഞ്ചു വർഷത്തെ ജോലിക്കുള്ള പാസ് സമ്പാദിച്ചുവരുന്ന നിർബ്ബന്ധിത തൊഴി ലാളികളും സ്വതന്ത്ര തൊഴിലാളികളും. അഞ്ചുവർഷത്തെ ജോലിക്ക് ശേഷം പാസ് പുതുക്കുകയോ ഇല്ലെങ്കിൽ സ്വതന്ത്രരായി ഇഷ്ടമുള്ള തൊഴി ലിൽ ഏർപ്പെടുകയോ ചെയ്യാം. സ്വതന്ത്ര തൊഴിലാളികൾ ആയി അറിയ പ്പെട്ടിരുന്നത് ഗുജറാത്തിൽ നിന്നുള്ള ഗുമസ്തന്മാരായിരുന്നു. ഇവരിൽ മിക്കവരും ഹിന്ദുക്കളുമായിരുന്നു. മറ്റൊരു വിഭാഗം കച്ചവടക്കാരായിരു ന്നു. അവർ ഗുജറാത്തിലെ മുസൽമാന്മാരായിരുന്നു. ഇന്ത്യയിൽനിന്നുള്ള തൊഴിലാളികൾ എത്തിച്ചേർന്നതോടെ ദക്ഷിണാഫ്രിക്കയിലെ തോട്ടംവാ ണിജ്യമേഖല അഭിവൃദ്ധി പ്രാപിച്ചു. അഞ്ചുവർഷത്തെ നിർബ്ബന്ധിത സേവ നത്തിനുശേഷം സ്വതന്ത്രമാക്കപ്പെട്ട കൂലിക്കാർ അവരുടെ അദ്ധ്വാന ത്തിന്റെ മിച്ചംകൊണ്ട് തുണ്ടു ഭൂമികൾവാങ്ങി സ്വന്തമായി കൃഷി ചെയ്യാൻ തുടങ്ങി. കൂടാതെ ചിലർ ചെറിയ കച്ചവടവും തുടങ്ങി. അങ്ങനെ ഇന്ത്യ ക്കാർക്കും ചെറിയ അഭിവൃദ്ധിയുണ്ടായിത്തുടങ്ങി. എന്നാൽ വെള്ളക്കാരെ കൂടുതൽ പ്രകോപിപ്പിച്ചത് ഗുജറാത്തിൽ നിന്നുള്ള മുസ്ലീം കച്ചവടക്കാ രുടെ അഭിവൃദ്ധിയാണ്. കച്ചവടത്തിൽ മുസ്ലീം കച്ചവടക്കാർ വെള്ളക്കാ രെക്കാൾ മുന്നിലെത്തി. കച്ചവടംകൊണ്ട് സമ്പന്നരായിത്തീർന്ന ഇന്ത്യൻ കച്ചവടക്കാർ കോളനിയിലെ പ്രധാന സ്ഥലങ്ങളിൽ ഭൂമി വാങ്ങി വലിയ

സൗധങ്ങൾ പണിയിക്കുകയും ആർഭാടമായി ജീവിക്കുകയും ചെയ്തു. ഇതു വെള്ളക്കാരിൽ അസൂയ ഉളവാക്കി. ഇന്ത്യക്കാരുടെ പുരോഗതി തട യണമെന്ന് വെള്ളക്കാർ തീരുമാനിച്ചു. അങ്ങനെ ഇന്ത്യക്കാർക്ക് എതി രായി നിയമനിർമ്മാണം നടത്താൻ തുടങ്ങി. ഏഷ്യക്കാർക്ക് വോട്ടവകാശം നിഷേധിക്കുകയായിരുന്നു ആദ്യത്തെ നടപടി. ഇവർ എത്ര സമ്പന്നരാ യാലും ട്രെയിനിൽ മൂന്നാംക്ലാസിലേ യാത്രചെയ്യാൻ വെള്ളക്കാർ അനു വദിച്ചിരുന്നുള്ളൂ. വലിയ ഹോട്ടലിൽ മുറി എടുക്കുവാൻ ഇന്ത്യക്കാരെ അനു വദിച്ചില്ല. പ്രധാന നിരത്തുകൾ ഉപയോഗിക്കുന്നതിൽ നിന്നും ഇന്ത്യക്കാരെ വിലക്കി. അങ്ങേയറ്റം വൃത്തിഹീനമായ സ്ഥലങ്ങളിൽ മാത്രമേ ഇന്ത്യ ക്കാരെ വീട് വയ്ക്കാൻ അനുവദിച്ചിരുന്നുള്ളൂ.

നിർബ്ബന്ധിത തൊഴിലാളികൾക്ക് പാസ് പുതുക്കി കിട്ടുന്നതിന് ആറു മാസത്തെ അദ്ധ്വാനഫലം പ്രതിഫലമായി നല്കേണ്ടിവന്നു. അവർ പാസ് പുതുക്കി വാങ്ങുകയോ ഇന്ത്യയിലേക്ക് മടങ്ങിപ്പോകുകയോ ഏതെങ്കിലും ഒന്ന് ചെയ്യാൻ നിർബ്ബന്ധിതരായി. തൊഴിലാളികളുടെ താമസസ്ഥലം വെട്ടവും വെളിച്ചവും ഇല്ലാത്തതും സഞ്ചാരയോഗ്യമായ റോഡുകൾ ഇല്ലാ ത്തതുമായ ചേരിപ്രദേശങ്ങൾ ആയിരുന്നു.

ഒരിക്കൽ ദാദാ അബ്ദുള്ള ആന്റ് കമ്പനിയുടെ കേസുമായി ബന്ധ പ്പെട്ട് മോഹൻദാസ് ഗാന്ധിക്ക് ഡർബനിൽ നിന്ന് പ്രിട്ടോറിയയിലേക്ക് പോകേണ്ടിവന്നു. അദ്ദേഹം ഒന്നാംക്ലാസ് ടിക്കറ്റ് ആണ് എടുത്തിരുന്നത്. ട്രെയിൻ അടുത്ത സ്റ്റേഷനിൽ എത്തിയപ്പോൾ ഒരു വെള്ളക്കാരൻ ഗാന്ധി ജിയുടെ അതേ കമ്പാർട്ടുമെന്റിൽ കയറി. അയാൾ ഗാന്ധിജിയുടെ അടുത്ത സീറ്റിൽ ഇരുന്നു. ഗാന്ധിജി കറുത്ത വർഗ്ഗക്കാരനാണെന്ന് മനസ്സിലാക്കിയ യാത്രക്കാരൻ അദ്ദേഹത്തെ അസഹിഷ്ണുതയോടെ നോക്കി. അയാൾ പുറത്തിറങ്ങി രണ്ട് റെയിൽവേ ഉദ്യോഗസ്ഥന്മാരെ വിളിച്ചുകൊണ്ടുവന്നു. അതിൽ ഒരു ഉദ്യോഗസ്ഥൻ ആ കമ്പാർട്ടുമെന്റിൽ നിന്നും ഇറങ്ങി ഏറ്റവും പുറകിലുള്ള കമ്പാർട്ടുമെന്റിൽ പോയിരിക്കാൻ അദ്ദേഹത്തോട് ആവശ്യ പ്പെട്ടു. എന്നാൽ ഗാന്ധിജി കൂട്ടാക്കിയില്ല. ഇറങ്ങിപ്പോയില്ലെങ്കിൽ പൊലീസ് കോൺസ്റ്റബിളിനെ വിളിപ്പിച്ച് ബലമായി ഇറക്കിവിടുമെന്ന് ഭീഷണിപ്പെ ടുത്തി. എന്നാൽ ഗാന്ധിജി ഇറങ്ങാൻ കൂട്ടാക്കിയില്ല. ഉടനെ ഒരു പൊ ലീസുകാരൻ വന്ന് ഗാന്ധിജിയെ ബലമായി പിടിച്ചു പുറത്തിറക്കി.

ഗാന്ധിജി തനിക്ക് അനുഭവിക്കേണ്ടിവന്ന അപമാനം വിശദമാക്കി ക്കൊണ്ട് റെയിൽവേ ജനറൽ മാനേജർക്ക് കമ്പി സന്ദേശം അയച്ചു. എന്നാൽ ആ ഉദ്യോഗസ്ഥൻ റെയിൽവേ അധികാരികളുടെ നടപടിയെ ന്യായീകരിക്കുകയാണുണ്ടായത്. പ്രിട്ടോറിയയിൽ എത്തിച്ചേരുന്നതുവരെ അദ്ദേഹത്തിന് ഇതുപോലുള്ള അപമാനം തുടർന്നു സഹിക്കേണ്ടിവന്നു. കമ്പനി ഉദ്യോഗസ്ഥന്മാരിൽ ഒരാളായ അബ്ദുള്ള സേട്ടുമായി ഗാന്ധിജി ഈ കാര്യങ്ങൾ സംസാരിച്ചു. എന്നാൽ അബ്ദുള്ള സേട്ടിന്റെ മറുപടി ഗാന്ധിജിയെ അത്ഭുതപ്പെടുത്തി. തങ്ങൾ നിരന്തരം ഇത്തരം അപമാനം സഹിച്ചാണ് ദക്ഷിണാഫ്രിക്കയിൽ കഴിഞ്ഞുകൂടുന്നതെന്നും പണം ഉണ്ടാ

ക്കാൻ ഉള്ള ആശ ഒന്നു മാത്രമാണ് തങ്ങളെ ദക്ഷിണാഫ്രിക്കയിൽ തുട രാൻ പ്രേരിപ്പിക്കുന്നതെന്നും സേട്ട് വിശദീകരിച്ചു.

ഒരിക്കൽ അബ്ദുള്ള സേട്ടും ഒന്നിച്ച് ഗാന്ധിജി 'ഡർബൻ' കോടതി കാണാൻ പോയി. അദ്ദേഹം ഗുജറാത്തി രീതിയിൽ തലപ്പാവ് വച്ചിരുന്നു. മജിസ്ട്രേറ്റ് നീരസത്തോടെ ഗാന്ധിജിയെ നോക്കുകയും തലപ്പാവ് എടു ത്തുമാറ്റാൻ ആവശ്യപ്പെടുകയും ചെയ്തു. എന്നാൽ ഗാന്ധിജി അതിന് തയ്യാറായില്ല. അദ്ദേഹം കോടതിയിൽ നിന്ന് ഇറങ്ങിപ്പോന്നു. ഇന്ത്യക്കാ രായ വക്കീലന്മാരെ 'കൂലിവക്കീൽ' എന്നാണ് വെള്ളക്കാർ വിളിച്ചിരുന്നത്. കച്ചവടം ചെയ്യുന്ന ഇന്ത്യക്കാരെല്ലാം കൂലിക്കച്ചവടക്കാരാണ്. കൂലി എന്നാൽ ഇന്ത്യക്കാരൻ എന്നതിന്റെ പര്യായമാണ്.

കറുത്തവർഗ്ഗക്കാരൻ എന്ന നിലയിൽ ഗാന്ധിജിക്ക് വേറെയും വിവേ ചനങ്ങൾ അനുഭവിക്കേണ്ടിവന്നിട്ടുണ്ട്. നേട്ടാൾ സുപ്രീം കോർട്ടിൽ അഭി ഭാഷകനായി ചേരുന്നതിന് ഗാന്ധിജി അപേക്ഷ സമർപ്പിച്ചു. എന്നാൽ ഇതിനെ വെള്ളക്കാരായ അഭിഭാഷകരുടെ സംഘടനയായ നേട്ടാൾ ലോ സൊസൈറ്റി എതിർത്തു. കറുത്തവർഗ്ഗക്കാരായ അഭിഭാഷകരെ സുപ്രീം കോടതിയിൽ കേസ് നടത്താൻ നിയമം അനുവദിക്കുന്നില്ലെന്നായിരുന്നു അവരുടെ വാദം. എന്നാൽ ദാദാ അബ്ദുള്ള കമ്പനിയുടെ വക്കീലായ മിസ്റ്റർ എസ്കോമ്പ് ഗാന്ധിജിക്ക് അനുകൂലമായി ഈ കേസിൽ ഇടപെട്ടു. സുപ്രീം കോടതിയിൽ ഗാന്ധിജിക്ക് അനുകൂലമായി വിധി വന്നു. ഇത് ദക്ഷിണാഫ്രിക്കൻ പത്രങ്ങൾ വലിയ പ്രാധാന്യം കൊടുത്ത് പ്രസിദ്ധീക രിച്ചു. ഗാന്ധിജിക്ക് വെള്ളക്കാരുടെയും ഇന്ത്യക്കാരുടെയും ആദരവ് പിടി ച്ചുപറ്റുന്നതിന് ഈ സംഭവം വഴിതെളിച്ചു.

മദ്രാസിൽനിന്നും ഉത്തർപ്രദേശിൽനിന്നുമുള്ള കൂലിക്കാരുടെ കാര്യ മായിരുന്നു ഏറ്റവും ശോചനീയം. വെള്ളക്കാരായ യജമാനന്മാരുടെ മനു ഷ്യത്വരഹിതമായ പ്രവർത്തനങ്ങൾ അവരുടെ ജീവിതം നരകതുല്യമാക്കി. കഠിനമർദ്ദനങ്ങൾ നിത്യസംഭവങ്ങളായിരുന്നു. എന്നാൽ നിരക്ഷരരും നിരാ ലംബരുമായ ആ പാവങ്ങൾ ആരോട് പരാതി പറയാനാണ്?

പൊലീസ് സ്റ്റേഷനിലോ കോടതിയിലോ തങ്ങളുടെ വെള്ളക്കാരായ യജമാനന്മാർക്ക് എതിരായി പരാതി ബോധിപ്പിക്കാൻ പോകുകയെന്നത് ഒരിന്ത്യക്കാരന് ചിന്തിക്കാൻപോലും സാധിക്കുമായിരുന്നില്ല. കാര്യങ്ങൾ ഈ നിലയിൽ നില്ക്കുമ്പോഴാണ് ഗാന്ധിജി ദക്ഷിണാഫ്രിക്കയിൽ എത്തി ച്ചേർന്നത്.

ദക്ഷിണാഫ്രിക്കയിലെ ഇന്ത്യക്കാർക്ക് എതിരെ അവിടുത്തെ ഗവൺമെന്റ് കൊണ്ടുവന്ന കരിനിയമങ്ങൾക്കെതിരായി ഗാന്ധിജിയുടെ നേതൃത്വത്തിൽ പല നടപടികളും ആരംഭിച്ചു. ഏഷ്യക്കാരുടെ വോട്ടവ കാശം എടുത്തു കളയുന്നതിന് എതിരായി 400 പേർ ഒപ്പിട്ട ഒരു മെമ്മോ റാണ്ടം നേട്ടാൾ ലജിസ്ലേച്ചർ അസംബ്ലിക്ക് നല്കി. എന്നാൽ മെമ്മോറാണ്ടം അവഗണിച്ചുകൊണ്ട് ബിൽ പാസായി. തുടർന്ന് പതിനായിരം പേർ ഒപ്പിട്ട മറ്റൊരു മെമ്മോറാണ്ടം കോളനികളുടെ സ്റ്റേറ്റ് സെക്രട്ടറിയായിരുന്ന റിപ്പൺ

പ്രഭുവിന് നല്കി. റിപ്പൺപ്രഭു പ്രസ്തുത ബിൽ നിയമമാകുന്നത് തട ഞ്ഞു. എന്നാൽ പരോക്ഷമായി ഇന്ത്യക്കാരുടെ അവകാശങ്ങൾ ഒന്നൊ ന്നായി ഹനിക്കുന്ന ഏർപ്പാടുകൾ ഗവൺമെന്റ് ചെയ്തുകൊണ്ടിരുന്നു. ദക്ഷിണാഫ്രിക്കയിലെ ഇന്ത്യക്കാരുടെ അവസ്ഥ ഗാന്ധിജിയെ ഗാഢമായ ചിന്തയിലേക്ക് നയിച്ചു. ഇന്ത്യയിൽ താഴ്ന്ന ജാതിക്കാർ അനുഭവിക്കുന്ന അപമാനങ്ങളെപ്പറ്റി ഗാന്ധിജി ഓർത്തു. ഇന്ത്യയിൽ താഴ്ന്ന ജാതിക്കാർ തൊട്ടുകൂടാത്തവരും തീണ്ടിക്കുടാത്തവരും ആണല്ലോ. ഇന്ത്യയിലെ പഞ്ച മന്റെ ദുർഗ്ഗതിയാണ് ദക്ഷിണാഫ്രിക്കയിലെ ഇന്ത്യക്കാരന്. *ദക്ഷിണാഫ്രി ക്കയിലെ സത്യഗ്രഹം* എന്ന പുസ്തകത്തിൽ ഗാന്ധിജി ഇങ്ങനെ പറ യുന്നു.

> അങ്ങനെ ഇന്ത്യക്കാർ ട്രാൻസ്വാളിലെ പഞ്ചമരായി. ഈ സ്ഥലത്തെ ഇന്ത്യക്കാരുടെ വാസസ്ഥാനങ്ങളും ഇന്ത്യയിലെ അസ്പർശരുടെ ചേരികളും തമ്മിൽ യാതൊരു വ്യത്യാസവും ഇല്ല. താഴ്ന്ന ജാതി ക്കാരുടെ കുടിലുകൾ തങ്ങളുടെ ഭവനങ്ങൾക്ക് സമീപത്ത് വരു ന്നത് തങ്ങളെ അശുദ്ധരാക്കുമെന്ന് ഹിന്ദുക്കൾ വിശ്വസിച്ചിരുന്ന തുപോലെതന്നെ യൂറോപ്യന്മാരും ഇന്ത്യക്കാരുടെ ശരീരത്തിൽ സ്പർശിക്കുന്നതും അവരുടെ വാസസ്ഥലത്തിനടുത്ത് പാർക്കു ന്നതും തങ്ങളെ അശുദ്ധരാക്കുമെന്ന് വിശ്വസിച്ചിരുന്നു.

ഇന്ത്യക്കാരുടെ അവശതകൾ പരിഹരിക്കുന്നതിനുവേണ്ടി ഗാന്ധിജി ഇന്ത്യൻ നാഷണൽ കോൺഗ്രസിന്റെ ചുവടുപിടിച്ച് സൗത്താഫ്രിക്കയിലും സംഘടനകൾ രൂപീകരിച്ചു. നേട്ടാൽ ഇന്ത്യൻ കോൺഗ്രസ്, ട്രാൻസ്വാൾ അസോസിയേഷൻ, കേപ്ടൗൺ കോൺഗ്രസ് തുടങ്ങിയ സംഘടനകൾ അങ്ങനെ ഉണ്ടായതാണ്. ദാദാ അബ്ദുള്ള ആൻഡ് കമ്പനിയുമായി ഒരു വർഷത്തെ കരാറിൽ ദക്ഷിണാഫ്രിക്കയിൽ വന്ന ഗാന്ധിജിക്ക് മൂന്നു വർഷ ത്തോളം അവിടെ താങ്ങേണ്ടിവന്നു. ഒരു വർഷത്തിനുള്ളിൽ മടങ്ങിച്ചെ ല്ലാമെന്ന് ഭാര്യക്ക് വാക്ക് നല്കിയാണ് ഗാന്ധിജി ഇന്ത്യയിൽ നിന്നും പോന്നത്. ഇന്ത്യക്കാരുടെ അനുമതിയോടെ ആറു മാസത്തേക്ക് ദക്ഷി ണാഫ്രിക്കയിൽനിന്ന് വിട്ടു നില്ക്കുവാനും അതിനു ശേഷം ഭാര്യയെയും കുട്ടികളെയും കൊണ്ട് വീണ്ടും ദക്ഷിണാഫ്രിക്കയിലേക്ക് വരുവാനും ഗാന്ധിജി തീരുമാനം എടുത്തു.

1896 മദ്ധ്യത്തിൽ അദ്ദേഹം ദക്ഷിണാഫ്രിക്കയിൽനിന്നും കൽക്കത്ത യിലേക്ക് മടങ്ങി. അദ്ദേഹം കൽക്കത്തയിൽനിന്നും അലഹബാദ് വഴി ബോംബെയിലേക്ക് പോയി. ഇന്ത്യയിൽ വന്നശേഷവും അദ്ദേഹം ദക്ഷി ണാഫ്രിക്കൻ പ്രശ്നങ്ങളിൽ മുഴുകി. അദ്ദേഹം ലഘുലേഖകൾ എഴുതി പ്രസിദ്ധീകരിച്ചു. അദ്ദേഹം പോയ നഗരങ്ങളിൽ എല്ലാം ഇത്തരം ലഘു ലേഖകൾ വിതരണം ചെയ്തു. കൂടാതെ പത്രപ്രവർത്തകരുമായി ബന്ധ പ്പെട്ടു. ദക്ഷിണാഫ്രിക്കൻ പ്രശ്നങ്ങൾ അങ്ങനെ പത്രശ്രദ്ധ ആകർഷിച്ചു.

ബോംബെയിൽ വച്ച് അദ്ദേഹം ഇന്ത്യൻ നാഷണൽ കോൺഗ്രസിന്റെ പ്രമുഖ നേതാക്കളായ സർ ഫിറോസ്ഷാ മേത്ത, ജസ്റ്റിസ് ബഹുറുദ്ദീൻ ത്യായ്ബ്ജി, മഹാദേവ ഗോവിന്ദ റാനഡേ തുടങ്ങിയവരെ സന്ദർശിച്ചു. ചർച്ചകൾ നടത്തി. പിന്നീട് പൂനയിൽവെച്ച് ഗോപാലകൃഷ്ണ ഗോഖലെ, ലോകമാന്യതിലകൻ, പ്രൊഫസർ ഭണ്ഡാക്കർ എന്നിവരെ സന്ദർശിച്ചു. അവിടെയും ദക്ഷിണാഫ്രിക്കയിൽ ഇന്ത്യക്കാർ നേരിടുന്ന പ്രശ്നങ്ങൾ അവരുമായി ചർച്ച ചെയ്തു.

അദ്ദേഹം അവിടെ നിന്നും മദ്രാസിലേക്ക് പോയി. ഇവിടെ വെച്ചാണ് ഗാന്ധിജി ആദ്യമായി ജി പി പിള്ളയെ കണ്ടുമുട്ടുന്നത്. അന്ന് ജി പി പിള്ള *മദ്രാസ് സ്റ്റാൻഡേർഡ്* പത്രത്തിന്റെ പത്രാധിപരാണ്. ഈ കണ്ടുമു ട്ടൽ രണ്ടുപേരുടെയും ജീവിതത്തിലെ പ്രധാന സംഭവമാണ്. ദക്ഷിണാ ഫ്രിക്കയിലെ ഇന്ത്യക്കാരുടെ പ്രശ്നങ്ങൾ ഗാന്ധിജി ജി പിക്ക് വിശദീക രിച്ചുകൊടുത്തു. അദ്ദേഹം ഗാന്ധിജിക്ക് എല്ലാ സഹായങ്ങളും വാഗ്ദാനം ചെയ്തു. തന്റെ പത്രം യഥേഷ്ടം ഉപയോഗിക്കാൻ അദ്ദേഹം ഗാന്ധിജിയെ അനുവദിച്ചു. ഇന്ത്യൻ നാഷണൽ കോൺഗ്രസിന്റെ സമ്മേളനങ്ങളിലെല്ലാം ജി പി പിള്ള ദക്ഷിണാഫ്രിക്കൻ പ്രശ്നങ്ങൾ ആവേശത്തോടെ അവതരി പ്പിച്ചിട്ടുണ്ട്. *ദക്ഷിണാഫ്രിക്കയിലെ സത്യഗ്രഹം* എന്ന പുസ്തകത്തിൽ ജി പി പിള്ളയുമായുള്ള കണ്ടുമുട്ടൽ ഗാന്ധിജി ഇപ്രകാരം രേഖപ്പെടു ത്തിയിരിക്കുന്നു.

ഞാൻ പിന്നീട് മദ്രാസിലേക്ക് പോയി. അവിടെ ഞാൻ സർ സുബ്ര ഫ്മണ്യ അയ്യർ (പിന്നീട് മിസ്റ്റർ ജസ്റ്റിസ്), ശ്രീ. പി അനന്തചാർലു, *ഹിന്ദുവിന്റെ* അന്നത്തെ എഡിറ്ററായിരുന്ന ജി സുബ്രഫ്മണ്യം, *മദ്രാസ് സ്റ്റാൻഡേർഡ്* എഡിറ്ററായിരുന്ന ജി പരമേശ്വരൻപിള്ള, പ്രസിദ്ധ അഭിഭാഷകനായിരുന്ന ഭാഷ്യം അയ്യങ്കാർ, മിസ്റ്റർ നോർട്ടൺ തുടങ്ങി പലരെയും കണ്ടു.

ഗാന്ധിജി തന്റെ ആത്മകഥയിലും ഈ കണ്ടുമുട്ടൽ വലിയ പ്രധാ ന്യത്തോടെ വിവരിക്കുന്നുണ്ട്. പ്രസക്ത ഭാഗങ്ങൾ താഴെ ഉദ്ധരിക്കുന്നു.

ഞാൻ പിന്നീട് പോയത് മദിരാശിയിലേക്കാണ്. മദിരാശി ആവേശം കൊണ്ട് ഭ്രാന്ത് പിടിച്ചിരുന്നു. ബാലസുന്ദരം സംഭവം സദസ്യരിൽ വലിയ മതിപ്പ് ഉളവാക്കിയിരുന്നു. എന്റെ പ്രസംഗം അച്ചടിച്ചതും സാമാന്യം നീണ്ടതുമായിരുന്നു. എന്നാൽ സദസ്സ് ഓരോ വാക്കും ശ്രദ്ധയോടെ കേട്ടിരുന്നു. യോഗത്തിന്റെ അവസാനത്തിൽ പച്ച പത്രികയ്ക്കുവേണ്ടി ഒരു പരക്കം പാച്ചിൽ തന്നെയുണ്ടായി. ഞാൻ പുതുക്കിയ ലഘുലേഖയുടെ രണ്ടാമത്തെ പതിപ്പിന്റെ പതിനായി രത്തോളം കോപ്പികൾ കൊണ്ടുവന്നിരുന്നു. അവയെല്ലാം ചൂടപ്പം പോലെ വിറ്റുപോയി. എന്നാൽ ഇത്ര വളരെ കോപ്പികൾ അച്ചടിക്കേണ്ട ആവശ്യം ഉണ്ടായിരുന്നില്ല. എന്റെ അമിതാവേശ

ത്തിൽ ഞാൻ ആവശ്യം കൂടുതലായി കണക്കാക്കി. എന്റെ പ്രസംഗം ഇംഗ്ലീഷ് സംസാരിക്കുന്നവരെ മുന്നിൽ കണ്ടുകൊണ്ടാ യിരുന്നു. എന്നാൽ മദ്രാസിൽ പതിനായിരം കോപ്പി ആവശ്യപ്പെ ടുവാൻ തക്കശേഷിയുള്ള ഒരു ഇംഗ്ലീഷ് സമൂഹം ഇല്ലായിരുന്നു. *മദ്രാസ് സ്റ്റാൻഡേർഡ്* പത്രത്തിന്റെ പത്രാധിപരായിരുന്ന ശ്രീമാൻ ജി പരമേശ്വരൻ പിള്ളയിൽ നിന്നാണ് എനിക്ക് ഏറ്റവും വലിയ സഹായം ലഭിച്ചിട്ടുള്ളത്. അദ്ദേഹം പ്രശ്നം ശ്രദ്ധാപൂർവ്വം പഠി ക്കുകയും എന്നെ തന്റെ ഓഫീസിലേക്ക് ക്ഷണിക്കുകയും എനിക്ക് വഴികാട്ടിത്തരികയും ചെയ്തിട്ടുണ്ട്. *ഹിന്ദുവിന്റെ* ശ്രീ. ജി സുബ്ര ഫണ്യവും ഡോക്ടർ സുബ്രഫമണ്യവും എന്നോട് വലിയ അനു ഭാവം പ്രകടിപ്പിച്ചു. എന്നാൽ ശ്രീ ജി പരമേശ്വരൻ പിള്ള *മദ്രാസ് സ്റ്റാൻഡേർഡിന്റെ* കോളങ്ങൾ യഥേഷ്ടം ഉപയോഗിക്കുവാൻ എന്നെ അനുവദിച്ചു. ഈ ഔദാര്യം ഞാൻ പൂർണ്ണമായും ഉപയോ ഗപ്പെടുത്തുകയും ചെയ്തു.

9

ഒന്നാം ലണ്ടൻ സന്ദർശനം

ലണ്ടൻ സന്ദർശിക്കുക എന്നത് ജി പി പിള്ളയുടെ ബാല്യകാലം തൊട്ടുള്ള ഒരാഗ്രഹമായിരുന്നു. തന്റെ ഗുരുക്കന്മാരായ ജോൺ റോസും, ഹാർവ്വിയുമായുള്ള ബന്ധവും വിപുലമായ വായനയും ജി പിക്ക് ഇംഗ്ലീ ഷുകാരുടെ ജനാധിപത്യഭരണക്രമത്തെയും നീതിന്യായ സമ്പ്രദായ ത്തെയും കുറിച്ചുള്ള ആദരവ് വർദ്ധിപ്പിച്ചു. ഇങ്ങനെയിരിക്കുമ്പോൾ വിക്ടോറിയാ രാജ്ഞിയുടെ കിരീടധാരണത്തിന്റെ വജ്ജ്ജൂബിലി ആഘോ ഷങ്ങൾ ലണ്ടനിൽ നടക്കുന്നുണ്ടായിരുന്നു. ഈ ജൂബിലിയിൽ പങ്കെടു ക്കുന്നതിനുവേണ്ടി ജി പി ഇംഗ്ലണ്ടിലേക്ക് പോകാൻ തീരുമാനിച്ചു. കൂടെ തന്റെ ഉറ്റ സ്നേഹിതനായ ടി എം നായരെയും കൂട്ടി. ഈ യാത്ര ജി പിയുടെ ജീവിതത്തിലെ അവിസ്മരണീയമായ ഒരു സംഭവമായിത്തീർന്നു. ബാല്യകാലസ്വപ്നം സാക്ഷാൽക്കരിച്ചതുകൂടാതെ തന്റെ ആരാധനാ മൂർത്തിയായ ഡബ്ല്യൂ ഇ ഗ്ലാഡ്സനെ നേരിൽ കാണുന്നതിനും സുഹൃദ് ബന്ധം സ്ഥാപിക്കുന്നതിനും ജി പിക്കു സാധിച്ചു. ലേബർ പാർട്ടിനേ താവും പിന്നീട് ബ്രിട്ടീഷ് പ്രധാനമന്ത്രിയുമായിത്തീർന്ന ആളാണ് ഡബ്ല്യൂ ഇ ഗ്ലാഡ്സ്റ്റൺ. അദ്ദേഹവുമായി ഒരു അഭിമുഖ സംഭാഷണം നടത്താൻ അവസരം ലഭിച്ചത് തന്റെ ജീവിതത്തിലെ ഒരപൂർവ്വ ഭാഗ്യമായി ജി പി കരുതിയിരുന്നു. ബ്രിട്ടനിലെ പ്രമുഖ രാഷ്ട്രീയ നേതാവും മദ്യവർജ്ജന പ്രസ്ഥാനത്തിന്റെ പ്രചാരകനുമായ ഡബ്ല്യൂ എസ് കെയ്നിയുമായി വീണ്ടും കണ്ടുമുട്ടാനുള്ള ഭാഗ്യവും ജി പിക്ക് ലഭിച്ചു. ഇന്ത്യൻ നാഷണൽ കോൺഗ്ര സിന്റെ പ്രവർത്തനങ്ങളുമായി ആദ്യകാലംതൊട്ട് സഹകരിച്ച് പ്രവർത്തി ച്ചിട്ടുള്ള ഇദ്ദേഹത്തിന്റെ ഇടപെടൽ മൂലമാണ് ഈഴവരുടെ പ്രശ്നങ്ങൾ ബ്രിട്ടീഷ് പാർലമെന്റിൽ അവതരിപ്പിക്കുവാൻ സാധിച്ചത്. ഇത് മുൻ അദ്ധ്യായത്തിൽ പരാമർശിച്ചിട്ടുള്ളതാണ്. ഇന്ത്യയിലെ മദ്യവർജ്ജന പ്രസ്ഥാനത്തിന്റെ മുൻനിര നേതാക്കളിൽ ഒരാളായിരുന്നു ജി പി. ഡബ്ല്യൂ

എസ് കെയ്നുമായുള്ള കൂടിക്കാഴ്ച ജി പി പിള്ളയ്ക്ക് ആ രംഗത്ത് കൂടു തൽ ശക്തിപകർന്നു. ഇന്ത്യൻ നാഷണൽ കോൺഗ്രസിന്റെ സ്ഥാപക നായ എ ഒ ഹ്യൂമിനെ വീണ്ടും കണ്ടുമുട്ടാൻ കഴിഞ്ഞതാണ് ജി പി ക്ക് ലഭിച്ച മറ്റൊരു അനുഗ്രഹം. ഹ്യൂം ഇന്ത്യയിൽ നിന്ന് മടങ്ങി ലണ്ടനിൽ വിശ്രമജീവിതം നയിക്കുകയായിരുന്നു. ഹ്യൂമും ഒന്നിച്ച് വിക്ടോറിയാ രാജ്ഞിയുടെ കിരീടധാരണ ജൂബിലിയുടെ ആഘോഷങ്ങൾ ക്രിസ്റ്റൽ പാലസ് ഗ്രൗണ്ടിൽ നിന്ന് വീക്ഷിച്ചത് ജി പി വികാരവായ്പോടെ *ഇന്ത്യൻ കോൺഗ്രസ് മെൻ* എന്ന പുസ്തകത്തിൽ രേഖപ്പെടുത്തിയിട്ടുണ്ട്. പ്രമു ഖരായ കോൺഗ്രസ് നേതാക്കന്മാരുടെ ലഘു ജീവിതചരിത്രക്കുറിപ്പുകൾ *മദ്രാസ് സ്റ്റാൻഡേർഡ്* പത്രത്തിൽ പ്രസിദ്ധീകരിച്ചത് ക്രോഡീകരിച്ചാണ് *ഇന്ത്യൻ കോൺഗ്രസ് മെൻ* എന്ന പുസ്തകമാക്കിയത്.

ലണ്ടൻ സന്ദർശനം മറ്റൊരു യാഥാർത്ഥ്യത്തിലേക്ക് ജി പിയുടെ ശ്രദ്ധ തിരിച്ചുവിട്ടു. ഒരിക്കൽ ജി പി ലണ്ടനിലെ ഒരു റെയിൽവേ സ്റ്റേഷനിൽ നില്ക്കുകയായിരുന്നു. അന്നത്തെ പത്രത്തിൽ ബാലഗംഗാധര തിലകന്റെ അറസ്റ്റിനെപ്പറ്റി ഒരു വാർത്തയുണ്ടായിരുന്നു. ഒരു ഇംഗ്ലീഷുകാരൻ ജി പിയുടെ നേരെ തിരിഞ്ഞ് തിലകൻ ഇന്ത്യയിലെ കാട്ടുജാതിക്കാരുടെ നേതാവല്ലേ എന്നു ചോദിച്ചു. *അല്ലാ അദ്ദേഹം സംസ്കാര സമ്പന്നരായ ഒരു ജനതയുടെ വന്ദ്യനായ നായകനാണെന്ന് ജി പി മറുപടി പറഞ്ഞു. എങ്കിലും പണ്ഡിതനും, പ്രൊഫസറും ആയ ബാലഗംഗാധരതിലകനെ പ്പോലും കാട്ടുജാതിക്കാരുടെ നേതാവായിക്കാണുന്ന ഇംഗ്ലീഷുകാരുടെ അജ്ഞത ജി പി യെ ദുഃഖിപ്പിച്ചു. ഇംഗ്ലീഷുകാരുടെ ഈ അജ്ഞത മാറ്റാൻ വേണ്ടി ജി പി ഇംഗ്ലണ്ടിൽ അനേകം പ്രസംഗങ്ങൾ നടത്തി. കൂടാതെ *റെപ്രസെന്റേറ്റീവ് ഇന്ത്യൻസ്* എന്ന പേരിൽ ഒരു പുസ്തകം എഴുതി ലണ്ട നിൽ പ്രസിദ്ധപ്പെടുത്തി. ഇതിൽ 36 മഹാന്മാരായ ഇന്ത്യക്കാരുടെ തൂലികാ ചിത്രങ്ങളാണ് കൊടുത്തിരിക്കുന്നത്. ഇന്ത്യയുടെ വിവിധ പ്രദേശങ്ങളിൽ നിന്നുള്ള ഭരണതന്ത്രജ്ഞന്മാർ, സമുദായ പരിഷ്കർത്താക്കൾ, മതനവീ കരണക്കാർ, നിയമപണ്ഡിതന്മാർ, പത്രപ്രവർത്തകർ തുടങ്ങി തിരുവിതാം കൂർ രാജാവായിരുന്ന വിശാഖം തിരുനാൾ വരെയുള്ളവരുടെ ലഘു ജീവ ചരിത്രം ഉൾക്കൊള്ളിച്ചിരിക്കുന്നു. ജി പി ക്ക് തിരുവിതാംകൂറിൽ നിന്നും മദ്രാസിലേക്ക് പലായനം ചെയ്യേണ്ടിവന്നതിന് കാരണക്കാരായിത്തീർന്ന വിശാഖം തിരുനാളിന്റെയും അദ്ദേഹത്തിന്റെ ദിവാനായിരുന്ന വെമ്പായം രാമയ്യങ്കാരുടെയും ജീവചരിത്രം എഴുതുമ്പോഴും ജി പിയിൽ കാലുഷ്യ ത്തിന്റെയോ പ്രതികാരവാഞ്ഛയുടെയോ നേരിയ നിഴൽപോലും ഉണ്ടാ യിരുന്നില്ല. നേരേമറിച്ച് അവരുടെ ഗുണഗണങ്ങൾ അങ്ങേയറ്റം പ്രകീർത്തി ക്കുകയാണ് ജി പി ചെയ്തത്.

1891 ൽ അദ്ദേഹം എഴുതിയ *റെപ്രസെന്റേറ്റീവ് മെൻ ഓഫ് സൗത്ത്*

ഇന്ത്യ എന്ന പുസ്തകത്തിന്റെ വിപുലീകരണമാണ് *റെപ്രസെന്റേറ്റീവ് ഇന്ത്യൻസ്.* ഈ പുസ്തകം ഇംഗ്ലീഷുകാരുടെയും ഇന്ത്യക്കാരുടെയും പ്രശംസയ്ക്ക് പാത്രമായി. ജി പിയുടെ ശൈലി ഇംഗ്ലീഷുകാരെപ്പോലും അത്ഭുതപ്പെടുത്തുന്ന തരത്തിൽ ഉള്ളതായിരുന്നു. പല പ്രമുഖരും അദ്ദേഹത്തിന്റെ ഇംഗ്ലീഷ് ശൈലിയെ അഭിനന്ദിച്ചുകൊണ്ട് കത്തുകൾ എഴുതി. ഇന്ത്യൻ സംസ്കാരത്തെ ഇംഗ്ലീഷുകാർക്ക് പരിചയപ്പെടുത്തിയതോടൊപ്പം ഇംഗ്ലീഷ് ആചാര മര്യാദകളെയും ജീവിതശൈലിയെയും ഇന്ത്യക്കാർക്കും പരിചയപ്പെടുത്തി കൊടുക്കുവാൻ ജി പി മറന്നില്ല. ലണ്ടനിലും പാരീസിലും കണ്ട കാഴ്ചകൾ അദ്ദേഹം കത്തുകളായി *മദ്രാസ് സ്റ്റാൻഡേർഡ്* പത്രത്തിന് അയച്ചുകൊടുത്തു. ഈ കത്തുകൾ ഇന്ത്യക്കാരും ഇംഗ്ലീഷുകാരുമായ വായനക്കാരെ രസം പിടിപ്പിച്ചു. ഈ കത്തുകളെല്ലാം ചേർത്ത് പുസ്തകരൂപത്തിൽ അച്ചടിക്കണമെന്ന് ജി പിയുടെ സ്നേഹിതന്മാർ അദ്ദേഹത്തോട് ആവശ്യപ്പെട്ടു. അങ്ങനെയാണ് *London and Paris* എന്ന പുസ്തകം അച്ചടിക്കാൻ ഇടയായത്. ഈ പുസ്തകം ഇംഗ്ലീഷ് ഭാഷ വശമില്ലാത്ത മലയാളി വായനക്കാർക്ക് കൂടി പ്രയോജനപ്പെടണമെന്ന ആഗ്രഹത്താൽ 1899 ൽ സി പി ശങ്കുണ്ണിമേനോൻ *ലണ്ടനും പാരീസും* എന്ന പേരിൽ മലയാളത്തിലേക്ക് പരിഭാഷപ്പെടുത്തി. ജി പിയുടെ ഈ ഗ്രന്ഥം മലയാള യാത്രാവിവരണശാഖയിലെ ഒരു എണ്ണപ്പെട്ട കൃതിയായാണ് കണക്കാക്കപ്പെട്ടിട്ടുള്ളത്.

ലണ്ടനും പാരീസും

ജി പി പുസ്തകം എഴുതുന്ന കാലത്ത് ബ്രിട്ടൺ സൂര്യൻ അസ്തമിക്കാത്ത സാമ്രാജ്യത്തിന്റെ ഉടമയായിരുന്നു. ഏഷ്യയിലെയും ആഫ്രിക്കയിലെയും കോളനികളിൽ നിന്നുള്ള വരുമാനം ബ്രിട്ടനെ ഐശ്വര്യത്തിന്റെ പറുദീസ ആക്കിത്തീർത്തു. എന്നാൽ ഒരുവശത്ത് ഐശ്വര്യദേവത നൃത്തമാടുമ്പോൾ മറുവശത്ത് ദാരിദ്ര്യം കൊടുകുത്തിവാഴുന്ന കാഴ്ചയും ലണ്ടനിൽ ജി പി കണ്ടു. ലണ്ടൻ ജീവിതത്തിന്റെ ഇരുണ്ടവശവും വെളുത്തവശവും ഒന്നുപോലെ വായനക്കാരന്റെ മുന്നിൽ ജി പി അവതരിപ്പിച്ചു. സമൂഹത്തിലെ ഏറ്റവും താഴ്ന്ന പടിയിലുള്ളവരുടെ ജീവിതമാണ് ജി പി ആദ്യമായി അവതരിപ്പിക്കുന്നത്. തൂപ്പുകാർ, ബൂട്ട് പോളീഷ് ചെയ്യുന്നവർ, പൂവില്പനക്കാരി, തപാൽക്കാരൻ, വീണപ്പെട്ടിക്കാരൻ, വർത്തമാനപ്പത്രം വില്ക്കുന്നവൻ, ക്ഷുരകൻ പോർട്ടർ എന്നിങ്ങനെ വിശപ്പടക്കുന്നതിനു വേണ്ടി പാടുപെടുന്ന സാധുമനുഷ്യരെ ജി പി നമുക്ക് പരിചയപ്പെടുത്തുന്നു. എന്നാൽ ദാരിദ്ര്യത്തെക്കാൾ തൊഴിലിൽ അവർ കാണിക്കുന്ന കൗശലവും സൂത്രപ്പണിയും വേലത്തരവും എല്ലാമാണ് ജി പി വായനക്കാരന്റെ മുന്നിൽ അവതരിപ്പിക്കുന്നത്. തങ്ങളുടെ നാട്ടിലെപ്പോലെതന്നെ പട്ടിണിക്കാർ ഇംഗ്ലണ്ടിലും ഉണ്ടെന്ന് ജി പി വരച്ചുകാട്ടുമ്പോൾ ഇന്ത്യക്കാരനായ വായനക്കാരൻ അത്ഭുതപ്പെട്ടിരുന്നിരിക്കാം.

ലണ്ടന്റെ പ്രകാശപൂർണ്ണമായ വശം വരച്ചുകാട്ടാനും ജി പി മറന്നില്ല. ബ്രിട്ടനിലെ വലിയ ഹോട്ടലുകൾ, മദ്യവില്പന ശാലകൾ, നിരനിരയായി പ്പോകുന്ന ക്യാബുകളും ബസുകളും, അവധി ദിവസം ആഘോഷിക്കു ന്നവർ, മോടിയായി ഉടുത്ത് ഒരുങ്ങി നടക്കുന്നവർ, പരിഷ്കാരികളായ വീട്ടമ്മമാർ എന്നുവേണ്ട ലണ്ടൻ ജീവിതത്തിന്റെ മറുപുറവും ജി പി വായ നക്കാരന് കാണിച്ചുകൊടുക്കുന്നു.

സദാ സേവന സന്നദ്ധനായി നില്ക്കുന്ന ലണ്ടൻ പൊലീസുകാരൻ ജി പിയുടെ പ്രത്യേക ശ്രദ്ധ ആകർഷിക്കുന്നു. ചൂഷകനും ജനദ്രോഹി യുമായ ഇന്ത്യൻ പൊലീസുകാരനെ ജി പി ലണ്ടൻ പൊലീസുകാരനു മായി താരതമ്യപ്പെടുത്തുന്നു. ഇന്ത്യൻ വിദ്യാർത്ഥിക്കുവേണ്ടി വീട് വാട കയ്ക്ക് കൊടുക്കുന്ന ഇംഗ്ലീഷുകാരി വീട്ടമ്മയുടെ കൗശലം വർണ്ണിക്കു മ്പോൾ ജി പി യുടെ നർമ്മബോധം വായനക്കാരന് ശരിക്കും അനുഭവ പ്പെടും.

ലണ്ടൻ വർണ്ണന കഴിഞ്ഞ് ജി പി വായനക്കാരനെ കൂട്ടിക്കൊണ്ട് പോകുന്നത് പാരീസിലേക്കാണ്. കാര്യസിദ്ധിക്ക് ലണ്ടനും സുഖാനുഭവ ങ്ങൾക്ക് പാരീസുമാണ് കേമം എന്നാണ് ജി പി അഭിപ്രായപ്പെടുന്നത്. പാരീസിലെ മായാകാഴ്ചകൾ ജി പി യുടെ തൂലികയിൽ നിന്ന് വാർന്നു വീണതുപോലെതന്നെ ഉദ്ധരിക്കാം.

പാരീസിൽ എപ്പോഴും നേരമ്പോക്കാണ്. വർഷാരംഭം മുതൽ വർഷാവസാനം വരെ അവിടെ ഒരുപോലെ അഹങ്കാരത്തിനുള്ള കാലമാണ്. എവിടെപോയാലും പാരീസിൽ എവിടെയായാലും സന്തോഷം കൊണ്ട് മനസ്സ് തുള്ളിക്കൊണ്ടിരിക്കും. പാർക്കുകളും ഉല്ലാസത്തിനായി നടപ്പാനുള്ള നടകളും വെള്ളം വീഴ്ചകളും വെള്ളം ഉറവുകളും ചിത്രങ്ങളും സ്വരൂപങ്ങളും ആട്ടപ്പുരകളും നാട കശാലകളും ഭക്ഷണസ്ഥലങ്ങളും ഭോജനശാലകളും മദ്യങ്ങളും പെണ്ണുങ്ങളും വർണ്ണവും നിറവും അധികപൂച്ചും പിടിപ്പതു കണ്ണാ ടികളുമുള്ള ഒരു പട്ടണമാണ്.

സ്ഥലത്തിൽ മാത്രമല്ല രസം തോന്നുന്നത്, ജനങ്ങളിലാണ്. പരീ ന്തീസുകാരിൽ പുരുഷന്മാരുടെയും സ്ത്രീകളുടെയും അധിക ഔദാര്യവും മര്യാദയും എല്ലായിടത്തുംകാണാം. പുരുഷന്മാർ സാധാരണയായി കണ്ടാൽ യോഗ്യന്മാരും ശുചിയായി വസ്ത്രം ധരിക്കുന്നവരും ആണ്. പുരുഷന്മാർക്കും സ്ത്രീകളെപ്പോലെ തന്നെ വർണ്ണത്തിൽ പ്രിയമാണ്. എന്നാൽ ഈ പ്രിയം കാണിക്കുന്നത് അവർ കഴുത്തിൽ കെട്ടുന്ന മോടിയായ നാടകളിൽ ആണ്.

പാരീസിൽ ഫ്രാൻസ് മുഴുവനും ചുരുക്കത്തിൽ കാണാം. പാരീ സിന്റെ വിശേഷം മുഴുവൻ അതിലെ ഭോജനശാലകളിലും മദ്യം വില്ക്കുന്ന സ്ഥലങ്ങളിലും ആണ്. ഇവ ലണ്ടനിലെ ഭോജനശാല കളുടെയും മദ്യം വില്ക്കുന്ന സ്ഥലങ്ങളുടെയും സ്ഥാനത്താണെ

ങ്കിലും കാണ്മാൻ അതിലും വിശേഷമാണെന്നതിലേക്ക് സംശയ
മില്ല. അവയെ വിശേഷമായി കാണുന്നത് രാത്രി 7 മണി മുതൽ 2
മണിവരെയാണ്. അവയിൽ ശോഭയായി വിളക്ക് വെച്ചിരിക്കുകയും
തിന്നുകൊണ്ടും കുടിച്ചുകൊണ്ടും ഇരിക്കുന്ന പുരുഷന്മാരും
സ്ത്രീകളും നിറഞ്ഞിരിക്കുകയും ചെയ്യും. തെരുവുകളിൽക്കൂടി നട
ന്നുപോകുമ്പോൾ അവ കാണാം. എങ്ങനെയെന്നാൽ പാരീസിൽ
ഒന്നും രഹസ്യമല്ല. ഇംഗ്ലീഷുകാരുമായി നോക്കുമ്പോൾ പാരിന്തീ
സുകാർ മദ്യപാനം എത്രയോ കുറഞ്ഞ ഒരു കൂട്ടരാണെന്നതിലേക്കു
സംശയമില്ല. ഇംഗ്ലീഷുകാർ കുടിയിൽ അതിശക്തന്മാരാണ്. ഡാനി
ഷ്കാരും ജർമ്മൻകാരും തടിയന്മാരായ ഹോളണ്ടുകാരും ഇംഗ്ലീ
ഷുകാർക്ക് കേവലം സാരമില്ല.

അങ്ങനെ പോകുന്നു ജി പിയുടെ പാരീസ് വർണ്ണന.

തന്റെ ചിരകാല സ്വപ്നമായിരുന്ന ലണ്ടൻ സന്ദർശനം കഴിഞ്ഞ്
അത്യധികം സന്തോഷത്തോടും ചാരിതാർത്ഥ്യത്തോടും കൂടി ജി പി സ്വദേ
ശത്തേക്ക് മടങ്ങി. ജി പിക്ക് ഇംഗ്ലീഷുകാരെപ്പറ്റിയുണ്ടായിരുന്ന മതിപ്പ്
ലണ്ടൻ സന്ദർശനത്തോടെ പതിന്മടങ്ങ് വർദ്ധിച്ചു. നാട്ടിൽ തിരിച്ചെത്തിയ
ജി പിക്ക് സ്നേഹിതരും നാട്ടുകാരും ചേർന്ന് ഹാർദ്ദമായ സ്വീകരണം
നല്കി.

10
പത്രപ്രവർത്തനം

ആയിരത്തിയെണ്ണൂറ്റി നാല്പത്തി ഏഴിൽ ഹെർമ്മൻ ഗുണ്ടർട്ടിന്റെ ചുമതലയിൽ തലശ്ശേരിയിലെ ഇല്ലിക്കുന്നിൽനിന്നും പ്രസിദ്ധീകരിച്ച *രാജ്യ സമാചാരമാണ്* മലയാളത്തിലെ ആദ്യത്തെ പത്രം. വാർത്തകൾക്ക് പ്രാധാന്യം നല്കിക്കൊണ്ട് മലയാളക്കരയിൽ ആദ്യമായി പ്രസിദ്ധീകരിച്ച പത്രം *വെസ്റ്റേൺ സ്റ്റാർ* ആണ്. എന്നാൽ ഇതൊരു ഇംഗ്ലീഷ് പത്രമായിരു ന്നു. പോൾ മെൽവിൻ വോക്കർ സായ്പ്പും ദേവ്ജി ഭിംജിയും അക്കര കുര്യൻ റൈറ്ററും മറ്റും ചേർന്ന് 1860–62 കാലത്ത് ബ്രിട്ടീഷ് കൊച്ചിയിൽ ആരംഭിച്ചതാണ് ഈ പത്രം. *വെസ്റ്റേൺ സ്റ്റാർ* ആരംഭിച്ച് അധികനാൾ കഴിയുന്നതിനുമുമ്പ് *പശ്ചിമതാരക* എന്ന പേരിൽ മലയാളത്തിൽ ഒരു വർത്തമാനപ്പത്രം ഇതേ പ്രസിൽനിന്നും ആരംഭിച്ചു. പുക്കിയിൽ ഇട്ടുപ്പ് റൈറ്ററും ടി ജെ പൈലിയും ആയിരുന്നു പത്രാധിപർ. മലയാള ഭാഷ യിൽ വാർത്തകൾക്ക് പ്രാധാന്യം നല്കിക്കൊണ്ട് പ്രസിദ്ധീകരിക്കപ്പെട്ട ആദ്യത്തെ പത്രം പശ്ചിമതാരക ആയിരിക്കാം. ഇതേകാലയളവിൽ തന്നെ *കൊച്ചിൻ ആർഗസ്* എന്ന പേരിൽ ഒരു ഇംഗ്ലീഷ് പത്രം ബ്രിട്ടീഷ് കൊച്ചി യിൽ നിന്ന് പുറത്തിറക്കുകയുണ്ടായി. തിരുവിതാംകൂറിൽ പത്രപ്ര വർത്തനം ആരംഭിച്ചത് കുറേ താമസിച്ചാണ്. അതുകൊണ്ടാണ് ജി പി പിള്ളയ്ക്ക് ബ്രിട്ടീഷ് കൊച്ചിയിൽനിന്നും പുറപ്പെട്ടിരുന്ന പത്രങ്ങളിൽ തന്റെ ലേഖനങ്ങൾ പ്രസിദ്ധീകരിക്കേണ്ടി വന്നത്. ജി പി പിള്ള ഒരു കോളേജ് വിദ്യാർത്ഥിയായിരിക്കുമ്പോൾ ആദ്യമായി ലേഖനം പ്രസിദ്ധീ കരിച്ചത് *കൊച്ചിൻ ആർഗസിൽ* ആണ്. തിരുവിതാംകൂർ ദിവാൻ രാമയ്യ ങ്കാർക്ക് എതിരായി അദ്ദേഹം നിരന്തരം ലേഖനങ്ങൾ പ്രസിദ്ധീകരിച്ചു കൊണ്ടിരുന്നത് *വെസ്റ്റേൺ സ്റ്റാർ* പത്രത്തിലാണ്. ഇക്കഥ മുൻ അദ്ധ്യായ ത്തിൽ വിവരിച്ചിട്ടുള്ളതാണ്.

ദിവാനെതിരായി ലേഖനങ്ങൾ പ്രസിദ്ധീകരിച്ചതിന്റെ ഫലമായി നാടു

വിടേണ്ടിവന്ന ജി പിക്ക് അഭയം നല്കിയത് മദിരാശി പട്ടണമാണ്. അന്ന് മദ്രാസിൽനിന്നും വളരെയേറെ ഇംഗ്ലീഷ് പത്രങ്ങൾ പുറത്തിറങ്ങിയിരുന്നു. *മദ്രാസ് മെയിൽ, മദ്രാസ് മിറർ, ദ ഹിന്ദു, മദ്രാസ് സ്റ്റാൻഡാർഡ്* തുട ങ്ങിയ പത്രങ്ങൾ അവയിൽ പ്രധാനപ്പെട്ടതാണ്. ജി പി പിള്ള ഈ പത്ര ങ്ങളിൽ എല്ലാം തന്നെ ലേഖനങ്ങൾ എഴുതിയിരുന്നു. തന്റെ കോളേജ് ജീവിതത്തിന് ആവശ്യമായ പണം കണ്ടെത്തിയത് പത്രങ്ങളിൽ ലേഖന ങ്ങൾ എഴുതിക്കിട്ടുന്ന വരുമാനംകൊണ്ട് കൂടിയായിരുന്നു. എന്നാൽ *മദ്രാസ് സ്റ്റാൻഡാർഡ്* പത്രമാണ് ജി പിയുടെ ജീവിതത്തിൽ വഴിത്തിരി വായി മാറിയത്. അദ്ദേഹം ആദ്യം ആ പത്രത്തിന്റെ ഉപപത്രാധിപരായി രുന്നു. പിന്നീട് പത്രാധിപരായി ഉയർത്തപ്പെട്ടു. ജി പി *മദ്രാസ് സ്റ്റാൻഡാർഡി*ന്റെ പത്രാധിപത്യം ഏറ്റെടുക്കുമ്പോൾ ആ പത്രം കേവലം ഒരു ത്രൈവാരികയായിരുന്നു. എന്നാൽ ജി പിയുടെ സമർത്ഥമായ പത്രാ ധിപത്യത്തിൽ ഈ പത്രം ഒരു ദിനപ്പത്രമായി മാറി. പിന്നീട് ഒരു സായാഹ്ന പതിപ്പുകൂടി ആവശ്യമായിവന്നു. ജി പിയുടെ പത്രാധിപത്യത്തെപ്പറ്റി പഴ യകാല മലയാള മാസികയായ *കൗസ്തുഭത്തിൽ* ഇപ്രകാരം കാണുന്നു.

> 1893 ൽ ഇദ്ദേഹം *മദ്രാസ് സ്റ്റാൻഡാർഡ്* പത്രാധിപത്യം കയ്യേറ്റു. അന്നു പത്രത്തിന്റെ എഴുന്നൂറ് പ്രതികളെ വിറ്റിരുന്നുള്ളൂ. എന്നാൽ നമ്മുടെ കഥാനായകന്റെ ബുദ്ധിവിശേഷവും, ലേഖനചാതുരിയും സ്വാധീന ശക്തിയും കൊണ്ട് ഭാരതമഹാജനസഭയുടെ നാവായി ത്തീരുകയും ഒന്നരക്കൊല്ലംകൊണ്ട് ഇരുപത്തി ആറായിരം വരി ക്കാർ *സ്റ്റാൻഡാർഡി*നുണ്ടാവുകയും ചെയ്തു. സ്വാതന്ത്ര്യത്തിനും ധൈര്യത്തിനും *മദ്രാസ് സ്റ്റാൻഡാർഡ്* പത്രലോകത്തിൽ പ്രസി ദ്ധിനേടിയിരുന്നുവെന്ന് പ്രത്യേകം പറയണമെന്നില്ല. വെൻലാക്കു പ്രഭുവിനെയും മദ്രാസ് ഗവൺമെന്റിനെയും എതിർത്ത് സ്റ്റാൻഡാർഡ് പ്രസിദ്ധപ്പെടുത്തിയിട്ടുള്ള മുഖ്യപ്രസംഗങ്ങൾ ധർമ്മ ബുദ്ധിയെ വിശദമാക്കുമല്ലോ.

ജി പിയുടെ കാലശേഷം *മദ്രാസ് സ്റ്റാൻഡാർഡ്* കുറച്ചു നാളുകൾ കൂടി നിലനിന്നു പോന്നു. എന്നാൽ 1914 ൽ ഈ പത്രം ആനിബസന്റ് വിലയ്ക്ക് വാങ്ങുകയും ന്യൂ ഇന്ത്യാ എന്ന പുതിയ പേരിൽ പ്രസിദ്ധീക രണം ആരംഭിക്കുകയുംചെയ്തു. *മദ്രാസ് സ്റ്റാൻഡാർഡ്* പത്രത്തിന്റെ കെട്ടുംമട്ടും വളരെ ആകർഷകമായിരുന്നു. അതിലെ വാർത്തകളുടെ വൈവിധ്യവും അവതരണത്തിലെ മികവും ഭാഷയുടെ സാരള്യവും വായ നക്കാരന് ഒരുചെറുകഥ വായിച്ചുപോകുന്ന സന്തോഷം പ്രദാനം ചെയ്തു. *മദ്രാസ് സ്റ്റാൻഡാർഡിൽ* 'ഔവർ പോട്രേയ്റ്റ് ഗാലറി' എന്ന പേരിൽ ഒരു പംക്തി തന്നെ ജി പി ആരംഭിച്ചിരുന്നു. ഇതിൽ പ്രഗത്ഭരായ ഇന്ത്യക്കാ രുടെ തുലികാചിത്രങ്ങൾ കൊടുത്തിരുന്നു. സ്വാമി വിവേകാനന്ദനെപ്പറ്റി യായിരുന്നു 1897 ഫെബ്രുവരിയിൽ പ്രസിദ്ധീകരിച്ചിരുന്നത്. മറ്റൊരു

ഇന്ത്യൻ ബുദ്ധിജീവിയുവാവിനെപ്പോലെയും ജി പിയും സ്വാമി വിവേകാ നന്ദനെ ആരാധിച്ചിരുന്നു. അദ്ദേഹം റിലിജിയസ് പാർലമെന്റിൽ ചെയ്ത പ്രസംഗം ഇന്ത്യയുടെ യശസ്സ് അമേരിക്കയിലും യൂറോപ്പിലും ഒരുപോലെ ഉയർത്തി. *മദ്രാസ് സ്റ്റാൻഡാർഡ്* പത്രം അദ്ദേഹത്തിന്റെ പ്രസംഗങ്ങളും യാത്രാപരിപാടികളും പ്രസിദ്ധീകരിച്ചിരുന്നു. വായനക്കാർക്ക് വിവേകാ നന്ദനെ പരിചയപ്പെടുത്തുന്നതിൽ *മദ്രാസ് സ്റ്റാൻഡാർഡ്* പത്രം പ്രത്യേകം ശ്രദ്ധിച്ചിരുന്നു. പ്രാദേശികവും ദേശീയവും അന്തർദ്ദേശീയവുമായ വാർത്ത കൾ *മദ്രാസ് സ്റ്റാൻഡാർഡിൽ* സ്ഥാനം പിടിച്ചിരുന്നു. തിരുവിതാംകൂർ വാർത്തകൾ, ബാംഗ്ലൂർ വാർത്തകൾ, ബ്രിട്ടീഷ് പാർലമെന്റ് നടപടികൾ തുടങ്ങിയവ പത്രത്തിൽ പ്രാധാന്യം കൊടുത്ത് എഴുതിയിരുന്നു. അതു കൂടാതെ രാജാക്കന്മാരുടെയും ഉന്നത ഉദ്യോഗസ്ഥന്മാരുടെയും യാത്രാ പരിപാടികൾ, ട്രെയിൻ സമയം, കപ്പൽ പുറപ്പെടുന്ന സമയം തുടങ്ങി വായനക്കാർക്ക് താല്പര്യമുള്ള വിഷയങ്ങൾ *മദ്രാസ് സ്റ്റാൻഡാർഡ്* വായ നക്കാരിൽ എത്തിച്ചു. പരസ്യമായിരുന്നു *മദ്രാസ് സ്റ്റാൻഡാർഡിന്റെ* മറ്റൊരു ആകർഷകത്വം. കഷണ്ടി സംഹാരി മുതൽ സ്കൂൾ കുട്ടികൾക്ക് ആവ ശ്യമുള്ള ഇൻസ്ട്രമെന്റ് ബോക്സ് വരെയുള്ള സാധനങ്ങളുടെ പരസ്യ ങ്ങൾ പത്രത്തിൽ പ്രത്യക്ഷപ്പെട്ടുകൊണ്ടിരുന്നു. എന്നാൽ ജി പിയുടെ മൂർച്ചയുള്ള മുഖപ്രസംഗങ്ങൾ ആയിരുന്നു *മദ്രാസ് സ്റ്റാൻഡാർഡിനെ* മറ്റ് പത്രങ്ങളിൽനിന്നും വ്യത്യസ്തമാക്കിയത്. ജി പിയുടെ വിമർശനശരം ഏല്ക്കാത്തവരായി അന്ന് ഇംഗ്ലീഷുകാരോ ഇന്ത്യക്കാരോ ആയ ഒരു ഉന്നത ഉദ്യോഗസ്ഥനും ഇല്ലായിരുന്നു. അദ്ദേഹത്തിന് മദ്രാസ് ഗവർണ്ണറും ഹൈക്കോടതി ജഡ്ജിയും എല്ലാം ഒന്നുപോലെതന്നെ. ലോർഡ് വെൻലോ ക്കും കർസൺ പ്രഭുവും ഭാഷ്യം അയ്യങ്കാരുമെല്ലാം ജി പിയുടെ തൂലിക യുടെ മൂർച്ച അറിഞ്ഞവരാണ്. വിമർശിക്കുമ്പോൾ ജി പി ആരുടെയും മുഖം നോക്കാറില്ല. നിർഭയത്വമാണ് അദ്ദേഹത്തിന്റെ മുഖമുദ്ര. വരും വരാ ഴികകളെയും കണക്കിൽ എടുക്കാറില്ല. അധർമ്മം എവിടെ കണ്ടാലും നിശിതമായി വിമർശിക്കും. അദ്ദേഹത്തിന്റെ ഈ സ്വഭാവം വളരെയധികം ശത്രുക്കളെയും ഉണ്ടാക്കി. ഇങ്ങനെയാണ് ഹൈക്കോടതിയിലെ പ്രമുഖ വക്കീലായ ഭാഷ്യം അയ്യങ്കാരുടെ ശത്രുത സമ്പാദിക്കാൻ ഇടയായത്. ഒരി ക്കൽ ഭാഷ്യം അയ്യങ്കാരെ വിമർശിച്ചുകൊണ്ട് പത്രത്തിൽ എഴുതേണ്ടിവ ന്നു. അയ്യങ്കാർ പക്ഷപാതപരമായി പെരുമാറുന്നു എന്നായിരുന്നു ജി പിയുടെ ആക്ഷേപം. ഇത് അയ്യങ്കാരെ പ്രകോപിപ്പിച്ചു. അദ്ദേഹം ജി പിക്ക് എതിരായി കേസ് കൊടുത്തു. തെറ്റു മനസ്സിലാക്കിയ ജി പി മാപ്പു പറ ഞ്ഞുകൊണ്ട് പത്രത്തിൽ എഴുതി. എന്നാൽ അയ്യങ്കാർ കേസിൽനിന്നും പിന്മാറിയില്ല. അദ്ദേഹത്തിന് ജി പി യോട് ബദ്ധവൈരാഗ്യമുണ്ടായിരു ന്നു. കേസ് ജി പിക്ക് എതിരായി വന്നു. ജി പിക്ക് മാനനഷ്ടത്തിന് പണം കെട്ടിവയ്ക്കേണ്ടിവന്നു. ഇത് ജി പിക്ക് വലിയ മാനക്കേടായിതോന്നി. നിയ മരംഗത്തുള്ള തന്റെ അജ്ഞതകൊണ്ടാണ് ഭാഷ്യം അയ്യങ്കാരോട് കോട തിയിൽ തോല്ക്കേണ്ടിവന്നത്. അതുകൊണ്ട് നിയമം പഠിച്ചിട്ടുതന്നെ

ബാക്കികാര്യം എന്ന് ജി പിക്ക് വാശിയായി. അദ്ദേഹം മദ്രാസിലെ തന്റെ പൊതുജീവിതത്തോടും പത്രപ്രവർത്തനത്തോടും എല്ലാം വിടപറഞ്ഞു കൊണ്ട് ലണ്ടനിലേക്ക് കപ്പൽ കയറി, നിയമം പഠിക്കാൻ. ഈ കഥ മറ്റൊ രദ്ധ്യായത്തിൽ വിവരിക്കാം.

ജി പിയുടെ മുഖപ്രസംഗങ്ങൾ

മദ്രാസ് സ്റ്റാൻഡാർഡ് പത്രത്തിലൂടെ ജി പി നിശിതമായി വിമർശി ച്ചിട്ടുള്ള ഒരു ഭരണാധികാരിയാണ് മദ്രാസ് ഗവർണ്ണറായിരുന്ന വെൻലോക് പ്രഭു. അദ്ദേഹം ഭരണസാമർത്ഥ്യം ഇല്ലാത്ത ഒരു ഭരണാധികാരിയായി രുന്നു. എന്നാൽ അദ്ദേഹം ഒരുപറ്റം സ്തുതിപാഠകന്മാരുടെയും ഉപജാ പക സംഘത്തിന്റെയും തടവിലായിരുന്നു. വെൻലോക്കിന്റെ ദുർഭരണത്തെ വിമർശിച്ചുകൊണ്ട് ജി പി *മദ്രാസ് സ്റ്റാൻഡാർഡിൽ* നിരന്തരം മുഖപ്രസം ഗങ്ങൾ എഴുതിക്കൊണ്ടിരുന്നു. വെൻലോ ക്കിനെപ്പോലെയുള്ള ഗവർണ്ണർമാർ നമ്മുടെ രാജ്യത്തിന് ഒരു ഭാരമാണെന്നും അവർക്കുവേണ്ടി ശമ്പളം ഇനത്തിൽ നല്കുന്ന തുക ഒരു നഷ്ടമാണെന്നും ഇത്തരം ഭര ണാധികാരികൾ ഇല്ലാതിരിക്കുന്നതാണ് രാജ്യത്തിന് നല്ലതെന്നും ജി പി എഴുതി. ഇങ്ങനെ ഇരിക്കുമ്പോൾ വെൻലോക്ക് ഔദ്യോഗിക കാലാവധി പൂർത്തിയാക്കി ഇംഗ്ലണ്ടിലേക്ക് മടങ്ങുന്ന സമയം ആഗതമായി. വെൻലോ ക്കിന് മദ്രാസ് പൗരാവലിയുടെ പേരിൽ സമുചിതമായ ഒരു യാത്രയയപ്പ് നല്കണമെന്ന് തീരുമാനിച്ചു. അതിനുവേണ്ടി ഒരു രഹസ്യയോഗം കൂടി. മദ്രാസിലെ പ്രമുഖരായ വ്യവസായികളും ഇംഗ്ലീഷുകാരും ഇന്ത്യക്കാരു മായ അഭിഭാഷകരും എല്ലാം ആ യോഗത്തിൽ പങ്കെടുത്തു. യാത്രയയപ്പ് ആഘോഷമാക്കുന്നതിന് നാട്ടുകാരിൽനിന്നും പണം പിരിക്കുന്നതിനും തീരുമാനിച്ചു. ഈ രഹസ്യയോഗത്തെപ്പറ്റി അറിവുകിട്ടിയ ജി പി മദ്രാസ് സ്റ്റാൻഡാർഡിൽ ഇതിനെതിരായി ശക്തമായി ലേഖനം എഴുതി. വെൻലോ ക്കിനെപ്പോലെയുള്ള നാലാംകിട ഗവർണ്ണർമാർക്ക് യാത്രയയപ്പ് നല്കു ന്നത് മദ്രാസ് പൗരാവലിക്ക് അപമാനകരമാണെന്നും നിർബ്ബന്ധം ഉള്ള വർക്ക് സ്വന്തം ചെലവിൽ യാത്രയയപ്പ് നടത്താമെന്നും ജി പി അഭിപ്രാ യപ്പെട്ടു. ദക്ഷിണേന്ത്യ കണ്ടിട്ടുള്ള ഏറ്റവും ദുർബ്ബലനായ ഗവർണ്ണറാണ് വെൻലോക് എന്നും കുറ്റാരോപിതരെ അവരുടെ ഭാഗം കേൾക്കാതെ ശിക്ഷവിധിക്കുന്ന ഒരു ഭരണാധികാരി ബ്രിട്ടീഷ് നീതിന്യായവ്യവസ്ഥയ്ക്കു തന്നെ അപമാനമാണെന്നും അദ്ദേഹം പൗരജനങ്ങളുടെ യാതൊരു ബഹു മാനവും അർഹിക്കുന്നില്ലെന്നും അതുകൊണ്ട് ഇതുപോലെ ഒരാളെ ആദ രിക്കാൻ നടത്തുന്ന ഏതൊരു സംരംഭത്തെയും താനും തന്റെ പത്രവും ശക്തിയായി എതിർക്കുമെന്നും ജി പി തീർത്ത് എഴുതി. *മദ്രാസ് സ്റ്റാൻഡാർഡിന്റെ* എതിർപ്പ് കുറിക്കുകൊണ്ടു. വെൻലോക്ക് യാത്രയയപ്പ് ഇല്ലാതെ തന്നെ സ്വദേശത്തേക്ക് യാത്രയായി.

ജി പിയും നർമ്മവും

നർമ്മം കൈകാര്യം ചെയ്യുന്നതിൽ ജി പിക്ക് പ്രത്യേക പാടവം തന്നെ യുണ്ടായിരുന്നു. രാഷ്ട്രീയവും സാമൂഹ്യവുമായ തിന്മകളെ എതിർക്കു മ്പോൾ ഒഴികെ എപ്പോഴും അദ്ദേഹത്തിന്റെ ലേഖനങ്ങൾ നർമ്മത്തിൽ ചാലിച്ചവയായിരിക്കും. സ്ത്രീകളുടെ, പ്രത്യേകിച്ച് മദാമ്മമാരുടെ പരി ഷ്കാര ഭ്രമവും പൊങ്ങച്ചവും വർണ്ണിക്കുന്നതിൽ ജി പിക്ക് പ്രത്യേക കൗതുകം തന്നെയുണ്ട്. ഒരിക്കൽ രസകരമായ ഒരു സംഭവമുണ്ടായി. മദാ മ്മമാർ ധരിക്കുന്ന തൊപ്പി (hat)യെ പരിഹസിച്ചുകൊണ്ട് ജി പി ഒരു ഇംഗ്ലീഷ് പത്രത്തിൽ ഒരു നർമ്മലേഖനം എഴുതി. ഉടൻ തന്നെ വന്നു ഒരു പത്രലേഖകന്റെ കുസൃതി നിറഞ്ഞ മറുപടി. ഇംഗ്ലീഷ് യുവതികളുടെ തൊപ്പിയെ പരിഹസിക്കുന്ന മിസ്റ്റർ ജി പി പിള്ള സ്വന്തം തലയിൽ കെട്ടി യിരിക്കുന്ന തലപ്പാവി(തലക്കെട്ട്)നെപ്പറ്റി എന്തുപറയുന്നു എന്നായിരുന്നു ഇംഗ്ലീഷ് പത്രലേഖകന്റെ ചോദ്യം. അദ്ദേഹത്തിന്റെ മറ്റൊരു ഇഷ്ടവിഷയ മാണ് ഇന്ത്യക്കാരുടെയും ഇംഗ്ലീഷുകാരുടെയും അന്ധവിശ്വാസങ്ങൾ താര തമ്യപ്പെടുത്തുക എന്നത്. ഇന്ത്യാക്കാർ കടുത്ത അന്ധവിശ്വാസികളും ഇംഗ്ലീഷുകാർ അന്ധവിശ്വാസം ഒട്ടും ഇല്ലാത്തവരും ആണെന്നാണല്ലോ നാം എല്ലാവരും ധരിച്ചുവച്ചിരിക്കുന്നത്. എന്നാൽ അന്ധവിശ്വാസത്തിന്റെ കാര്യത്തിൽ ഇന്ത്യക്കാരെ കടത്തിവെട്ടുന്നവരാണ് ഇംഗ്ലീഷുകാർ. ചില പ്രത്യേക തീയതികൾ, ചില പ്രത്യേക സംഖ്യകൾ, ചില നിറങ്ങൾ, ചില തരം പക്ഷികളും മൃഗങ്ങളും എല്ലാം ഇംഗ്ലീഷുകാർക്കും നിർഭാഗ്യത്തിന്റെ ദുത് വാഹകരാണ്. അന്ധവിശ്വാസം ഇന്ത്യക്കാർക്കുമാത്രമല്ല ഇംഗ്ലീഷു കാർക്കും ഉണ്ടെന്ന് ജി പി തന്റെ ലേഖനത്തിൽക്കൂടെ വായനക്കാരെ ഓർമ്മിപ്പിക്കുന്നു.

പ്രതിമാസ്ഥാപനവും ജി പിയും

ജി പി പിള്ളയുടെ രാജ്യസ്നേഹത്തിന്റെയും ധൈര്യത്തിന്റെയും മകു ടോദാഹരണമാണ് പ്രസിദ്ധ നിയമജ്ഞനായ മുത്തുസ്വാമി അയ്യരുടെ പ്രതി മാനിർമ്മാണവുമായി ബന്ധപ്പെട്ട് ഇംഗ്ലീഷ് ഉദ്യോഗസ്ഥനുമായി ഉണ്ടായ അഭിപ്രായ സംഘട്ടനം. മുത്തുസ്വാമി അയ്യർ ഒരു നിയമ ഉദ്യോഗസ്ഥ നായി താഴ്ന്ന പടിയിൽ നിന്നും ഔദ്യോഗിക ജീവിതം ആരംഭിച്ച ആളാണ്. പിന്നീട് അദ്ദേഹം ഒരു പൊലീസ് മജിസ്ട്രേറ്റ് ആയി. അദ്ദേഹത്തിന്റെ അനിതരസാധാരണമായ നിയമപാണ്ഡിത്യം കൊണ്ടും നിയമവിശകലന ശേഷി കൊണ്ടും മദ്രാസ് ഹൈക്കോർട്ടിലെ ജഡ്ജിപദം വരെ ഉയർന്നു. 1893 ൽ മൂന്നു മാസത്തേക്ക് ചീഫ് ജസ്റ്റിസ് ആയും പ്രവർത്തിച്ചു. 1895 ൽ അദ്ദേഹം പെട്ടെന്ന് ചരമമടഞ്ഞു.

മുത്തുസ്വാമി അയ്യരുടെ അകാലവിയോഗത്തിൽ ദുഃഖിതരായ അദ്ദേ ഹത്തിന്റെ സ്നേഹിതന്മാരും സഹപ്രവർത്തകരും ആ നിയമവിശാരദന്റെ സ്മരണ നിലനിർത്തുന്നതിന് ഹൈക്കോടതി പരിസരത്ത് ഒരു പ്രതിമ

സ്ഥാപിക്കണം എന്ന് ആഗ്രഹിച്ചു. ഇതിനുവേണ്ടി മദ്രാസിലെ പൗരജന
ങ്ങളുടെ ഒരു യോഗം ബാൻക്വറ്റിങ് ഹാളിൽ വിളിച്ചുകൂട്ടി. ഗവർണ്ണറുടെ
കൗൺസിലിലെ സീനിയർ മെമ്പരായ ഹെൻറിബ്ലിസ്റ്റ് എന്ന ഇംഗ്ലീഷ്
ഉദ്യോഗസ്ഥൻ ഈ നടപടിയെ രൂക്ഷമായി വിമർശിച്ചു. താൻ ഭരണത്തിൽ
തുടരുന്നിടത്തോളം കാലം ഒരു ഇന്ത്യക്കാരന്റെ പ്രതിമ മദ്രാസ്
ഹൈക്കോർട്ട് കെട്ടിടത്തിൽ സ്ഥാപിക്കുവാൻ സമ്മതിക്കുകയില്ലായെന്ന്
തീർത്ത് പറഞ്ഞു. ഇത് ജി പി പിള്ളയെ വല്ലാതെ ചൊടിപ്പിച്ചു.

തെറ്റ് ആര് ചെയ്താലും മുഖം നോക്കാതെ എതിർക്കുക എന്നുള്ള
താണല്ലോ ജി പിയുടെ ശൈലി. അദ്ദേഹം *മദ്രാസ് സ്റ്റാൻഡാർഡ്* പത്ര
ത്തിൽ മിസ്റ്റർ ബ്ലിസ്റ്റിന്റെ നടപടിയെ രൂക്ഷമായി വിമർശിച്ചുകൊണ്ട് ഒരു
മുഖപ്രസംഗം എഴുതി. അദ്ദേഹം ചോദിച്ചു: "നിയമകോടതികൾ ജനങ്ങ
ളുടെ വകയോ അതോ കൗൺസിലിലെ സീനിയർ മെമ്പരുടെ സ്വകാര്യ
സാമ്രാജ്യമോ? പൊതുജനക്ഷേമത്തെ മുൻനിർത്തി ഒരു നാട്ടുകാരൻ
ചെയ്ത ആയുഷ്കാല സേവനങ്ങളെ അതിന്റെ മുഴുവൻ പ്രാധാന്യത്തോ
ടെയും കണക്കാക്കുകയാണോ അതോ മിസ്റ്റർ ബ്ലിസ്റ്റിന്റെ വൈരാഗ്യബു
ദ്ധിയോടെയുള്ള ജല്പനങ്ങളെ പരിഗണിക്കുകയാണോ? ഏതാണ്
ഉത്തമം? മൺമറഞ്ഞ ന്യായാധിപൻ ഒരു ഇന്ത്യക്കാരൻ ആയതുകൊണ്ട്,
അദ്ദേഹം പുകഴ്പെറ്റ സിവിൽ സർവ്വീസിലെ യൂറോപ്യൻ അംഗമല്ലാത്ത
തുകൊണ്ട്, എന്തുകൊണ്ടാണ് മരണാനന്തര ബഹുമതിയുടെ കവാടങ്ങൾ
അദ്ദേഹത്തിന് എതിരായി കൊട്ടിയടയ്ക്കുന്നത്? ജി പി തൊടുത്തുവിട്ട
ശരം ലക്ഷ്യത്തിൽത്തന്നെ ചെന്ന് തറച്ചു. മുത്തുസ്വാമി അയ്യരുടെ പ്രതിമ
ഹൈക്കോടതി കെട്ടിടത്തിനുള്ളിൽ സ്ഥാപിക്കുവാൻ തീരുമാനിക്കപ്പെട്ടു.
മദ്രാസിലെ പൗരമുഖ്യന്മാരുടെയും ന്യായാധിപന്മാരുടെയും അഭിഭാഷ
കരുടെയും സാന്നിദ്ധ്യത്തിൽ ചീഫ് ജസ്റ്റിസ് ആർതർ ജോൺ ഹോമണ്ട്
കോളിൻസ് പ്രതിമ അനാച്ഛാദനം ചെയ്തു. പ്രതിമ സ്ഥാപിക്കുന്നതിനെ
എതിർത്ത പ്രമുഖ അഭിഭാഷകൻ ഭാഷ്യം അയ്യങ്കാർ ഈ സമ്മേളനത്തിന്
സ്വാഗതം പറഞ്ഞു. ജി പിയുടെ *റെപ്രസെന്റേറ്റീവ് ഇന്ത്യൻസ്* എന്ന
പുസ്തകത്തിൽ ഒരു തൂലികാചിത്രം ഈ മുത്തുസ്വാമി അയ്യരുടേതാണ്.

കിറ്റൻ കേസ്

ജി പി പിള്ളയുടെ പത്രപ്രവർത്തന ചരിത്രത്തിലെ തിളങ്ങുന്ന ഒരു
ഏടാണ് 'കിറ്റൻ കേസ്' എന്ന പേരിൽ മദ്രാസ് നഗരത്തെ പിടിച്ചുകുലു
ക്കിയ സംഭവം. ഈ സംഭവത്തിൽ ഉൾപ്പെട്ടിരുന്നത് ഒരു വശത്ത് മദ്രാസ്
ഗവർണ്ണർ വെൻലോക്ക് പ്രഭുവിന്റെ എ ഡി സി ആയിരുന്ന ക്യാപ്റ്റൻ
ഹോംസ്, സുരക്ഷാച്ചുമതലയുള്ള ക്യാപ്റ്റൻ ബൗലി, ഹംഫ്രി എന്നിവരും
മറുവശത്ത് ഹാജി ഇസ്മായേൽ സേട്ട് എന്ന മദ്രാസിലെ അറിയപ്പെട്ട
ധനിക കച്ചവടക്കാരനുമാണ്. ഇസ്മായേൽ സേട്ടിന് 'കിറ്റൻ' എന്ന
പേരുള്ള ഒരു പന്തയക്കുതിര ഉണ്ടായിരുന്നു. മദ്രാസിൽ നടന്നിരുന്ന എല്ലാ

കുതിരപ്പന്തയത്തിലും ഒന്നാം സ്ഥാനം നേടിയിരുന്നത് ഈ കുതിരയാണ്. മദ്രാസ് ജിംഖാനയുടെ കുതിരപ്പന്തയ മത്സരത്തിൽ 'കിറ്റ'നെ പങ്കെടുപ്പി ക്കുന്നതിനുള്ള തയ്യാറെടുപ്പുകൾ ഇസ്മായേൽ സേട്ട് നടത്തിക്കൊണ്ടിരി ക്കുകയായിരുന്നു. തങ്ങളുടെ കുതിരകൾ 'കിറ്റ'നോടു തോല്ക്കുമെന്ന് ഉറപ്പായിരുന്നതുകൊണ്ട് മൂന്ന് ഇംഗ്ലീഷ് മാന്യന്മാരും ചേർന്ന് ഒരു തന്ത്രം പ്രയോഗിച്ചു. അവർ 'കിറ്റ'ന്റെ പരിചാരകനെ കൈമടക്ക് കൊടുത്ത് വശീ കരിച്ചു. ചില സില്ബന്ധികളെ പറഞ്ഞയച്ച് ഇക്കുറി 'കിറ്റ'ന് വിജയസാ ദ്ധ്യത കാണില്ലെന്നും 'കിറ്റ'ന്റെ മേൽ പന്തയം വച്ചാൽ പണം നഷ്ടമാകു മെന്നും പറഞ്ഞ് സേട്ടിനെ വിശ്വസിപ്പിച്ചു. പിന്നീട് മൂന്ന് ഇംഗ്ലീഷ് മാന്യ ന്മാരും ബിനാമി പേരുകളിൽ 'കിറ്റ'ന്റെ മേൽ പന്തയം വച്ചു. മത്സരത്തിൽ 'കിറ്റ'ൻ തന്നെ ഒന്നാം സ്ഥാനത്തു വന്നു. എന്നാൽ ഇസ്മായേൽ സേട്ടിന് പണം നഷ്ടപ്പെടുകയും തുണും ചാരി നിന്ന ഇംഗ്ലീഷ് മാന്യന്മാർ പണം തട്ടിയെടുക്കുകയുംചെയ്തു. സേട്ടിന് താൻ കബളിപ്പിക്കപ്പെടുകയായി രുന്നു എന്ന് ബോദ്ധ്യമായി. അദ്ദേഹം ജിംഖാന അധികാരികൾക്ക് പരാതി കൊടുത്തു. കൂടാതെ പത്രക്കാരെ വിളിച്ചു ബ്രിട്ടീഷ് സർവ്വീസിലുള്ള ഉദ്യോ ഗസ്ഥന്മാർ തന്നെ കബളിപ്പിച്ച വിവരം പുറത്താക്കുകയും ചെയ്തു. ഇത് മദ്രാസ് നഗരത്തിൽ വലിയ ചർച്ചാവിഷയമായി. എല്ലാ പ്രമുഖ ഇന്ത്യൻ പത്രങ്ങളും ഈ സംഭവം വലിയ പ്രാധാന്യത്തോടെ റിപ്പോർട്ട് ചെയ്തു. തുടർന്ന് ഇംഗ്ലീഷ് പത്രങ്ങൾ വഴി ഇതു ബ്രിട്ടനിൽ അറിയുകയും വലിയ സംസാരവിഷയമാവുകയും ചെയ്തു. കേസിലെ പ്രതികൾ സൈനികരാ യതിനാൽ മദ്രാസിലെ കമാൻഡർ-ഇൻചീഫായ മേജർ ജനറൽ മാൻസ്ഫീൽഡ് ക്ലാർക്ക് പ്രശ്നത്തിൽ ഇടപെട്ടു. അദ്ദേഹം മദ്രാസ് ഗവർണ്ണർ വെൻലോക്കും ആയി ചേർന്ന് യഥാർത്ഥ പ്രതികളെ സംരക്ഷി ക്കുകയും കുറ്റം കുതിരയുടെ പരിചാരകനിൽ കെട്ടിയേല്പിക്കുകയുംചെ യ്തു. ഈ സംഭവം ജി പി പിള്ളയെ വല്ലാതെ പ്രകോപിപ്പിച്ചു. അദ്ദേഹം *മദ്രാസ് സ്റ്റാൻഡാർഡ്* പത്രത്തിൽ നിരന്തരം വെൻലോക്ക് പ്രഭുവിനും മാൻസ്ഫീൽഡിനും എതിരായി ലേഖനങ്ങൾ എഴുതി. ഇവരുടെ പ്രവർത്ത നങ്ങൾ ബ്രിട്ടീഷ് നീതിന്യായ വ്യവസ്ഥയ്ക്ക് അപമാനകരമാണെന്ന് ജി പി പ്രസ്താവിച്ചു. ഈ കേസ് സിവിൽക്കോടതിയിലോ ക്രിമിനൽക്കോട തിയിലോ തന്റെ ഉത്തരവാദിത്വത്തിൽ നടത്തിക്കൊള്ളാമെന്നും ഈ മൂന്ന് 'ഇംഗ്ലീഷ് മാന്യന്മാർ'ക്കും എതിരായി തെളിവുകൾ തന്റെ പക്കൽ ഉണ്ടെന്നും ജി പി പത്രത്തിൽ തുറന്നെഴുതി. മദ്രാസ് ഗവർണ്ണർ, കമാൻഡർ ഇൻ ചീഫ് തുടങ്ങിയ ഉന്നതശ്രേണിയിലുള്ള ഉദ്യോഗസ്ഥന്മാരെ എതിർക്കുന്നതിൽ ജി പി കാണിച്ച തന്റേടവും കൂസലില്ലായ്മയും ഇംഗ്ലീ ഷുകാരും ഇന്ത്യക്കാരുമായ അഭ്യസ്തവിദ്യരായ ആളുകളെ ആശ്ചര്യപ്പെ ടുത്തി. മദ്രാസിലെ പ്രസിദ്ധനായ ഇംഗ്ലീഷ് അഭിഭാഷകൻ ഏർഡിലി നോർട്ടൺ തന്റെ ആത്മകഥയിൽ ഈ സംഭവം അഭിമാനപൂർവ്വം സ്മരി ക്കുന്നുണ്ട്. പ്രസിദ്ധ ഇംഗ്ലീഷ് പത്രപ്രവർത്തകനായ ഹെൻറി ലബൊഷ യർ ട്രൂത്ത് മാസികയിൽ ഇപ്രകാരം എഴുതി: "എന്റെ പത്രപ്രവർത്തന

ചരിത്രത്തിൽ ഉടനീളം ഏതെങ്കിലും ഒരു വ്യക്തിക്ക് എതിരെ ഇത്ര നിർഭ
യമായും വിട്ടുവീഴ്ചയില്ലാത്തതുമായ ഒരു ആക്രമണം ഞാൻ കണ്ടിട്ടില്ല."
ഈ സംഭവത്തോടെ ജി പി മദ്രാസ് ഗവർണ്ണർ വെൻലോക്ക് അടക്കമുള്ള
ഉന്നതരായ ബ്രിട്ടീഷ് ഉദ്യോഗസ്ഥന്മാർക്ക് പേടിസ്വപ്നമായി മാറി.

വിക്ടോറിയ സ്മാരക മന്ദിരം

ജി പിയിലെ നിർഭയനായ പത്രപ്രവർത്തകനെ പുറത്തുകൊണ്ടുവന്ന
മറ്റൊരു സംഭവമാണ് ലണ്ടനിൽ നിന്നും പുറപ്പെട്ടിരുന്ന *ന്യൂ ഏജ്* എന്ന
പത്രത്തിൽ കഴ്സൺ പ്രഭുവിനെതിരായി അദ്ദേഹം പ്രസിദ്ധീകരിച്ച
ലേഖനം. വിക്ടോറിയ രാജ്ഞിയുടെ ചരമശേഷം രാജ്ഞിയുടെ സ്മരണ
നിലനിർത്തുന്നതിനുവേണ്ടി ഒരു സ്മാരക ഹാൾ പണിയണമെന്ന
നിർദ്ദേശം ഇന്ത്യാ വൈസ്രോയിയായിരുന്ന കഴ്സൺ പ്രഭു മുന്നോട്ടുവെച്ചു.
ഈ ഹാളിന് ഹാൾ ഓഫ് ഫെയിം എന്നാണ് കഴ്സൺ നാമകരണം
ചെയ്തത്. അതിന് വേണ്ട ധനം ശേഖരിക്കുന്നതിന് ഇന്ത്യയിലെ നാട്ടു
രാജാക്കന്മാരോട് കനത്ത സംഭാവന വാങ്ങുന്നതിനും നിർദ്ദേശിക്കപ്പെട്ടു.
ഈ സമയം ഇന്ത്യ വലിയ ഒരു ക്ഷാമത്തിന്റെ പിടിയിൽ അമർന്നിരിക്കു
കയായിരുന്നു. വിക്ടോറിയ ഹാൾ നിർമ്മാണത്തിന്റെ അണിയറ നീക്ക
ങ്ങൾ നടക്കുന്ന വിവരം ജി പി അറിഞ്ഞു. കഴ്സൺ പ്രഭുവിന്റെ ഈ
നീക്കത്തെ ജി പി *ന്യൂ ഏജിൽ* ശക്തിയായി എതിർത്തു. ഇന്ത്യ ഒരു വലിയ
ക്ഷാമത്തിന്റെ പിടിയിൽ അമർന്നിരിക്കുന്ന ഈ വേളയിൽ ഇന്ത്യൻ നാട്ടു
രാജാക്കന്മാരുടെ സംഭാവന ഉപയോഗിച്ച് 'സ്മാരക ഹാൾ' പണിയുന്നത്
ഉചിതമല്ലെന്ന് ജി പി ചൂണ്ടിക്കാട്ടി. ആത്മാഭിമാനമുള്ള ഒരു ഇന്ത്യക്കാ
രനും ഈ സ്മാരക ഹാളിനെച്ചൊല്ലി അഭിമാനിക്കാൻ കഴിയുകയില്ലെന്നും
ഈ ഹാൾ ഇന്ത്യയുടെ കീർത്തിസൗധം ആയിരിക്കുകയില്ലെന്നും
നേരെമറിച്ച് ദുഷ്കീർത്തി സൗധം ആയിരിക്കുകയേ ഉള്ളൂ എന്നും
അദ്ദേഹം എഴുതി. നിർദ്ദേശിക്കപ്പെട്ടിരിക്കുന്ന സ്മാരക മന്ദിരം വൈദേ
ശികരായ മുസ്ലീങ്ങളും ഇംഗ്ലീഷുകാരും ഇന്ത്യയുടെ മേൽ നേടിയ വിജ
യത്തിന്റെ സ്മാരകങ്ങൾ മാത്രം ആയിരിക്കുമെന്നും ജി പി അഭിപ്രായ
പ്പെട്ടു. ഇന്നത്തെ ഇംഗ്ലീഷുകാരുടെ പൂർവ്വികന്മാർ കേവലം കാടന്മാരായി
നടന്നിരുന്ന കാലത്ത് ഇന്ത്യക്കാർ മഹത്തായ ഒരു സംസ്കാരത്തിന്റെ
ഉടമകൾ ആയിരുന്നെന്നും എന്നാൽ പണിയാൻ പോകുന്ന ഈ മന്ദിര
ത്തിൽ ഇന്ത്യയുടെ പുരാതന സംസ്കാരത്തിന്റെ യാതൊരു അടയാളവും
കാണുകയില്ലെന്നും അതുകൊണ്ട് ഈ മന്ദിരം ഇന്ത്യക്കാർക്ക് ആവശ്യമി
ല്ലെന്നും ജി പി കഴ്സണെ ഓർമ്മിപ്പിച്ചു.

മദ്യവർജ്ജന പ്രസ്ഥാനം

പത്രപ്രവർത്തനം പോലെ ജി പി ഗണ്യമായ സംഭാവന നല്കിയ
മറ്റൊരു മേഖലയാണ് മദ്യവർജ്ജന പ്രസ്ഥാനം. തന്റെ പത്രത്തിന്റെ അന

വധി താളുകൾ അദ്ദേഹം അതിനുവേണ്ടി മാറ്റിവച്ചു. ഇന്ത്യ ദാരിദ്ര്യത്തിന്റെ പിടിയിൽനിന്ന് മോചനം പ്രാപിക്കണമെങ്കിൽ സമ്പൂർണ്ണ മദ്യവർജ്ജനം കൂടിയേ തീരൂ എന്ന് അദ്ദേഹം വിശ്വസിച്ചിരുന്നു. ജി പിയുടെ മദ്രാസ് ജീവിതത്തിന്റെ ആരംഭം തൊട്ട് മദ്യവർജ്ജന പ്രസ്ഥാനവുമായി ബന്ധപ്പെട്ട് പ്രവർത്തിച്ചിരുന്നു. 1889 ൽ അദ്ദേഹം സമ്പൂർണ്ണ മദ്യവർജ്ജന സഭയിൽ ഒരു അംഗമായിച്ചേർന്നു. ഇംഗ്ലീഷുകാരായ പുരോഹിതന്മാരുടെ നേതൃത്വത്തിൽ അന്ന് പല മദ്യവർജ്ജന പ്രസ്ഥാനങ്ങളും മദ്രാസിൽ പ്രവർത്തിച്ചിരുന്നു. ജി പി ഈ പ്രസ്ഥാനങ്ങളോടു ചേർന്ന് ആദ്യകാലത്ത് പ്രവർത്തിച്ചിരുന്നു. എന്നാൽ പുരോഹിതന്മാർ നേതൃത്വം കൊടുക്കുന്ന ഇത്തരം സംഘടനകൾ യോഗം കൂടുമ്പോൾ ആദ്യം *ബൈബിൾ* വായിക്കണമെന്ന് നിർബ്ബന്ധമായിരുന്നു. ജി പിക്ക് ഇതിനോട് യോജിപ്പില്ലായിരുന്നു. അതുകൊണ്ട് പുരോഹിതന്മാർ നയിക്കുന്ന സംഘടനകളിൽ നിന്നും അദ്ദേഹം പിന്മാറി. മതേതരസ്വഭാവമുള്ള 'സമ്പൂർണ്ണ മദ്യവർജ്ജന വാദികളുടെ ഇന്ത്യൻ സംഘം' എന്ന പേരിൽ ഒരു സംഘടന രൂപീകരിച്ചു. ഊർജ്ജസ്വലരായ ഒരു പറ്റം യുവാക്കളുടെ സേവനവും അദ്ദേഹത്തിന് ലഭിച്ചു. അദ്ദേഹം അതിന്റെ ആദ്യ അദ്ധ്യക്ഷനായി. ഇംഗ്ലണ്ടിലെ മദ്യവർജ്ജന പ്രസ്ഥാനത്തിന്റെ നേതാക്കളായ ഡബ്ല്യു ഇ ഗ്ലാഡ്സ്റ്റൺ, ഡബ്ല്യു എസ് കെയ്ൻ എന്നിവരുമായി സഹകരിച്ച് പ്രവർത്തിക്കാനുള്ള അവസരവും അദ്ദേഹത്തിന് കൈവന്നു. അദ്ദേഹം ഇംഗ്ലണ്ടിലായിരുന്ന അവസരത്തിൽ പോലും ഒരു തുള്ളി മദ്യം കൈകൊണ്ട് തൊടുക ഉണ്ടായിട്ടില്ല. അദ്ദേഹം ആസന്നമരണനായി കിടക്കുമ്പോൾ ഒരു ഔഷധം എന്ന നിലയിൽ ഒരൗൺസ് ബ്രാൻഡി കുടിപ്പിക്കുവാൻ അദ്ദേഹത്തിന്റെ സ്യാലൻ ശ്രമിച്ചതും പരാജയപ്പെട്ടതുമായ സംഭവം ഈ പുസ്തകത്തിന്റെ മറ്റൊരു അദ്ധ്യായത്തിൽ ചേർത്തിട്ടുണ്ട്.

11

രണ്ടാമതും ലണ്ടനിൽ

ആയിരത്തിയെണ്ണൂറ്റി തൊണ്ണൂറ്റി ഒമ്പത് അവസാനം ജി പി നിയമ പഠനത്തിനുവേണ്ടി ഇംഗ്ലണ്ടിലേക്കുതിരിച്ചു. അദ്ദേഹത്തിന് ഇംഗ്ലണ്ടിലെ താമസത്തിനോ പഠനത്തിനോ ആവശ്യമായ പണം ഇല്ലായിരുന്നു. വർഷ ങ്ങൾക്കു മുമ്പ് തിരുവിതാംകൂറിൽനിന്നും മദിരാശി പട്ടണത്തിലേക്ക് വെറുംകൈയുമായി വന്നതുപോലെ തന്നെ ഇപ്പോൾ മദിരാശിയിൽനിന്നും ലണ്ടനിലേക്ക് വെറുംകൈയുമായാണ് ജി പി വന്നിരിക്കുന്നത്. ജി പിയെ എന്നും നിലനിർത്തിയിട്ടുള്ളത് അദ്ദേഹത്തിന്റെ സ്വർണ്ണത്തൂലികയും സ്വർണ്ണനാവുമാണ്. ലണ്ടനിലും ജി പി അദ്ദേഹത്തിന്റെ തൂലികാവിലാസം പ്രകടിപ്പിച്ചു. ലണ്ടനിൽ എത്തി അധികം കഴിയുന്നതിനു മുമ്പു തന്നെ *യൂണിവേഴ്സൽ മാഗസിൻ* എന്ന മാസികയിൽ 'ലണ്ടനിൽ ഇരുപത്തൊന്നു ദിവസവും ബോട്ടിൽ ഒരുദിവസവും' എന്ന ശീർഷകത്തിൽ ഒരു ലേഖന പരമ്പര എഴുതിത്തുടങ്ങി. 'പഞ്ചി'ന്റെ ഹാസ്യചിത്രകാരനായിരുന്ന ഡസ്ലി ഹാർഡി വരച്ച ചിത്രങ്ങളും ലേഖനങ്ങളോടൊപ്പം ചേർത്തിരുന്നു. ഇക്കാ ലത്തുതന്നെ *ദ ഇംപീരിയൽ ആന്റ് കൊളോണിയൽ മാഗസിൻ, പിയേ ഴ്സൺസ് മാഗസിൻ, ഏഷ്യാറ്റിക് ക്വാർട്ടേർലി റിവ്യു, ദ വീക്ക് എൻഡ്, ദ റിവ്യു ഓഫ് ദ വീക്ക്, ദ സ്പിയർ, ദ ന്യൂ ഏജ്, ദ മോർണിങ് ലീഡർ* തുട ങ്ങിയ ആനുകാലികങ്ങൾക്ക് അദ്ദേഹം ലേഖനം അയച്ചുകൊണ്ടിരുന്നു. ഒരു ഇന്ത്യക്കാരന്റെ ഇംഗ്ലണ്ടിലെ അനുഭവങ്ങൾ വിവരിച്ചതിനോടൊപ്പം തിരുവിതാംകൂറിലെ ജനങ്ങളെയും ജീവിതരീതികളെയും കാലാവസ്ഥ യെയും എല്ലാം ഇംഗ്ലീഷുകാർക്ക് മനസ്സിലാക്കിക്കൊടുക്കുവാൻ ജി പി മറന്നില്ല. ഇംഗ്ലണ്ടിലെ വിചിത്രമായ ശീതോഷ്ണാവസ്ഥയെപ്പറ്റി *മാഞ്ച സ്റ്റർ സിറ്റി ന്യൂസ്* എന്ന പത്രത്തിൽ ജി പി ഇങ്ങനെ എഴുതി:

ഇപ്പോൾ ശീതകാലമാണ്. അധികം താമസിയാതെ വേനലാകും. ഇപ്പോൾ ഉണർന്ന് എഴുന്നേല്ക്കുമ്പോഴേക്ക് ഇരുട്ടിത്തുടങ്ങുക യായി. കുറച്ചുകഴിഞ്ഞാൽ ഉറങ്ങാൻ തുടങ്ങുമ്പോൾ നേരം വെളു ത്തുതുടങ്ങും. ഇപ്പോൾ സൂര്യോദയത്തിനു മുമ്പു തന്നെ ദിവസം ആരംഭിച്ചുകഴിയും. കുറച്ചുകഴിഞ്ഞാൽ ഇരുട്ടുന്നതിനു മുമ്പു രാത്രിയും. ശീതകാലത്ത് രാവിലെ എട്ടുമണിക്കുമുമ്പ് പ്രകാശം പരക്കുകയില്ല. വൈകുന്നേരം നാലു മണിക്കുമുമ്പുതന്നെ ഇരുട്ട് വ്യാപിക്കുകയും ചെയ്യും. വേനലായാൽ നേരം പുലരുന്നത് രണ്ടു മണിക്കും ഇരുട്ടുന്നത് രാത്രി ഒമ്പതുമണിക്കുമാണ്. ഇപ്പോൾ ശീത കാലമാണ്. ഇപ്പോൾ തൊഴിലാളിയും വ്യാപാരിയും ഗുമസ്തനും മറ്റും തങ്ങളുടെ ഭാര്യമാരെ പകൽ കാണുന്നത് ഞായറാഴ്ച മാത്ര മാണ്. അവരുടെ കുട്ടികളെ ഉറക്കറയിൽ വച്ചു മാത്രമേ കാണാറു ള്ളൂ. ലണ്ടൻ നഗരം അന്ധകാരത്തിൽ ആണ്ടിരിക്കുകയാണ്. സൂര്യൻ പോലും ഇളവെടുത്ത് വിശ്രമിക്കുകയാണ് എന്നു തോന്നും. വളരെ വിരളമായി സൂര്യബിംബം ഒളിഞ്ഞു നോക്കാറുണ്ട്. ഇന്ത്യ യിലാണെങ്കിൽ ഒരുവേള അന്ധകാരമായിരിക്കാവുന്ന സൂര്യദർശനം ഇവിടെ എത്ര പ്രിയങ്കരമാണെന്ന് ഇപ്പോഴാണ് മനസ്സിലാവുക. പക്ഷേ, മരം കോച്ചുന്ന തണുപ്പിൽ സൂര്യൻ കേവലം നിഷ്പ്രഭനാ യിപ്പോകുന്നു. ഒരു ഇംഗ്ലീഷുകാരന്റെ വേഷവിധാനത്തിന്റെ ആവശ്യം നമുക്ക് ഇവിടെ ശരിയായി മനസ്സിലാകും. അയാൾ ഷർട്ടും കോട്ടും ഓവർകോട്ടും ഇടുന്നതും കൈയും കാലും കൂടി മൂടിപ്പൊതിയുന്നതും എന്തിനാണെന്ന് നമുക്ക് അറിയാറാകും. ഇതെല്ലാമുണ്ടെങ്കിലും തണുപ്പിൽ നിന്ന് രക്ഷപ്രാപിക്കുവാൻ പിന്നെയും എന്തെങ്കിലും കൂടി ധരിച്ചാൽ കൊള്ളാമെന്ന് നമുക്ക് തോന്നിപ്പോകും. പക്ഷേ, അതുകൊണ്ടും തണുപ്പിന് കുറവുണ്ടാ കുകയില്ല. കുറേദൂരം അതിവേഗത്തിൽ നടന്നാൽ തണുപ്പിന് അല്പം ശമനമുണ്ടായേക്കാമെന്ന് തോന്നും. പക്ഷേ, അതു കൊണ്ടും വലിയപ്രയോജനമൊന്നുമില്ല. കാൽവിരലുകളിൽ ഒരു പ്രത്യേകത അനുഭവപ്പെട്ടു തുടങ്ങും. ഒടുവിൽ നമ്മുടെ കാൽവിര ലുകൾ മുഴുവൻ നഷ്ടപ്പെട്ടുപോയോ എന്നുപോലും സംശയമു ണ്ടാകും. അടുപ്പിനരികിൽ ചെല്ലുമ്പോൾ മാത്രമേ ആ തോന്നൽ മാറുകയുള്ളൂ.

ജി പി ഇംഗ്ലണ്ടിൽ കേവലം ഒരു നിയമവിദ്യാർത്ഥി മാത്രമായി ഒതു ങ്ങിക്കൂടുകയല്ലായിരുന്നു. അദ്ദേഹം അവിടെയും ഇന്ത്യൻ നാഷണൽ കോൺഗ്രസിനുവേണ്ടി അഹോരാത്രം ജോലി ചെയ്യുകയായിരുന്നു. ആ സമയത്ത് ദാദാബായി നവറോജിയായിരുന്നു കോൺഗ്രസിന്റെ ബ്രിട്ടനിലെ ഒരു നേതാവ്. രമേശ് ചന്ദ്രദത്ത് ആയിരുന്നു മറ്റൊരു പ്രമുഖ നേതാവ്. ബ്രിട്ടീഷ് കോൺഗ്രസ് കമ്മിറ്റി നേതാക്കളോടൊപ്പം ജി പി ഇംഗ്ലണ്ടിന്റെ

വിവിധ പ്രദേശങ്ങളിൽ ചുറ്റി സഞ്ചരിച്ച് ആവേശകരങ്ങളായ പ്രസംഗ ങ്ങൾ നടത്തി. അദ്ദേഹത്തിന്റെ പ്രസംഗങ്ങൾ ഇന്ത്യക്കാരെയും ഇംഗ്ലീഷു കാരെയും ഒരുപോലെ ആവേശം കൊള്ളിച്ചു. ഇന്ത്യക്കാരെപ്പറ്റി വളരെ മോശമായ അഭിപ്രായം വെച്ചുപുലർത്തിയിരുന്ന ഇംഗ്ലീഷുകാർക്ക് ഇന്ത്യൻ സംസ്കാരം എന്താണെന്ന് മനസ്സിലാക്കിക്കൊടുക്കാൻ ജി പിയുടെ പ്രസം ഗങ്ങൾ സഹായിച്ചു. മിസ്റ്റർ ഡബ്ല്യു എസ് കെയ്നും ഒന്നിച്ചു കോൺവാൾ, ലങ്കാഷെയർ തുടങ്ങിയ സ്ഥലങ്ങളിൽ അദ്ദേഹം വളരെയധികം യോഗ ങ്ങളിൽ പങ്കെടുത്തു. ചെന്ന ഇടങ്ങളിലെല്ലാം ജനങ്ങൾ അദ്ദേഹത്തെ ഹാർദ്ദമായി സ്വീകരിച്ചു.

ജി പിയുടെ ലങ്കാഷയർ പര്യടനത്തെപ്പറ്റി ഇന്ത്യൻ *മിറർ* പത്രത്തിന്റെ ലണ്ടൻ ലേഖകൻ തന്റെ പത്രത്തിൽ ഇങ്ങനെ എഴുതി:

> ഈ പര്യടനം പത്തൊമ്പതു ദിവസം നീണ്ടുനിന്നു. അതിനിടയ്ക്ക് അദ്ദേഹം പതിനഞ്ച് യോഗങ്ങളിൽ പ്രസംഗിച്ചു. തന്റെ അസൗക ര്യങ്ങളെ വിഗണിച്ച് മി. പിള്ള തന്റെ മാതൃഭൂമിക്ക് വലിയ ഒരുസേ വനമാണ് അനുഷ്ഠിക്കുന്നത്. കഴിഞ്ഞപത്തു ദിവസമായി ഇവിടെ മിക്കവാറും ധ്രുവപ്രദേശത്തെ കാലാവസ്ഥയാണ്. തണുത്ത കിഴ ക്കൻകാറ്റ് ഈ നാട്ടുകാരെപ്പോലും വിഷമിപ്പിക്കുന്നു. ഒരു സ്ഥലത്ത് മി. പിള്ള വാഹനം ലഭിക്കാത്തതു നിമിത്തം തീവണ്ടി ആപ്പീസിൽ നിന്ന് യോഗസ്ഥലത്തേക്ക് മൂന്നും മൈലും തിരികെ യോഗസ്ഥല ത്തുനിന്ന് മൂന്ന് മൈലും ഹിമപാതം ഏറ്റുകൊണ്ട് നടന്നുപോയി. ഇതുപോലെ പ്രവർത്തിക്കുന്ന അരഡസൻ പിള്ളമാർ ഉണ്ടായിരു ന്നെങ്കിൽ എന്ന് ഞാൻ ആശിച്ചുപോകുകയാണ്. ഇതിന്റെ ഫലം പാർലമെന്റിലേക്കുള്ള അടുത്ത പൊതു തിരഞ്ഞെടുപ്പിൽ കാണാ വുന്നതാണ്.

ഈ പ്രസംഗപര്യടനങ്ങളിൽ എല്ലാം തെക്കേ ആഫ്രിക്കയിലെ ഇന്ത്യാ ക്കാരുടെ പ്രശ്നങ്ങൾ ജി പി ഇംഗ്ലീഷുകാരുടെ മുമ്പിൽ അവതരിപ്പിച്ചു. ഇംഗ്ലീഷ് അധികാരികൾ തെക്കേ ആഫ്രിക്കയിലെ ജനങ്ങളോട് കുറേ ക്കൂടെ മാന്യമായി പെരുമാറണമെന്ന് ജി പി ആവശ്യപ്പെട്ടു. ജി പി പിള്ള യുടെ പ്രവർത്തനങ്ങളിൽ ഗാന്ധിജിക്ക് വലിയ മതിപ്പ് ഉണ്ടായിരുന്നു. അദ്ദേഹം ജി പി പിള്ളയ്ക്ക് ഇപ്രകാരം എഴുതി.

> പ്രിയപ്പെട്ട മി. പിള്ളേ,
>
> തെക്കെ ആഫ്രിക്കയിലെ അവശരായ ഭാരതീയരുടെ കാര്യത്തിൽ നിങ്ങൾ കാണിക്കുന്ന ആത്മാർത്ഥവും സജീവവുമായ താല്പര്യം ഞങ്ങൾ സന്തോഷത്തോടും കൃതജ്ഞതയോടും കൂടിയാണ് വീക്ഷിക്കുന്നത്. ഒരു നിവേദക സംഘം സർ ആൽഫ്രഡ് മിൽനെയും സാധിക്കുമെങ്കിൽ മി. ചേമ്പർലെയിനെയും

സന്ദർശിച്ച് തെക്കേ ആഫ്രിക്കയിലെ ഇന്ത്യക്കാരുടെ അവശതകൾ അവരുടെ മുമ്പാകെ സമർപ്പിക്കണമെന്ന നിർദ്ദേശം അടങ്ങിയ കത്തുകൾ ഇന്ത്യൻ നാഷണൽ കോൺഗ്രസിന്റെ ബ്രിട്ടീഷ് കമ്മിറ്റിക്കും ഈസ്റ്റ് ഇന്ത്യാ അസോസിയേഷനും അയയ്ക്കുന്നു. ഈ നിവേദക സംഘത്തിന്റെ കാര്യത്തിൽ എല്ലാവർക്കും അനുഭാവമുണ്ടെങ്കിലും അതിന്റെ പ്രവർത്തനങ്ങളെ സഹായിക്കത്തക്കവണ്ണം സമയവും ശ്രദ്ധയും ചെലവഴിക്കുവാൻ കഴിവുള്ളത് നിങ്ങൾക്കാണെന്നാണ് എന്റെ വിശ്വാസം. ഈ പ്രശ്നത്തിന്റെ സകല വശവും നിങ്ങൾക്ക് നല്ലവണ്ണം അറിയുകയും ചെയ്യാം. ഈ സുവർണ്ണാവസരം നഷ്ടപ്പെടുവാൻ നാം ഇടയാക്കരുത്. എന്റെ ആശയങ്ങളോട് യോജിക്കുന്ന പക്ഷം നിങ്ങൾ ഈ കാര്യത്തിൽ താല്പര്യത്തോടു കൂടി പ്രവർത്തിക്കുമെന്ന് ഞാൻ ആശിക്കുന്നു.

ഞാൻ രമേശ് സി ദത്തിനും എഴുതുന്നുണ്ട്.

എന്ന്

നിങ്ങളുടെ വിശ്വസ്തൻ
ഒപ്പ്
എം കെ ഗാന്ധി

ഇംഗ്ലണ്ടിൽ താമസിക്കുന്ന ഇന്ത്യക്കാരുടെ ഒരു യോഗം ലണ്ടൻ ഇന്ത്യാ സൊസൈറ്റിയുടെ ആഭിമുഖ്യത്തിൽ വെസ്റ്റ് മിനിസ്റ്റർ ഹാളിൽ കൂടുകയുണ്ടായി. ദാദാബായി നവറോജിയായിരുന്നു ആ യോഗത്തിൽ അദ്ധ്യക്ഷം വഹിക്കേണ്ടത്. എന്നാൽ അദ്ദേഹം ന്യൂമോണിയ ബാധയിൽ നിന്നും മോചനം പ്രാപിച്ച് ആരോഗ്യം വീണ്ടെടുത്തു വന്നിരുന്നതേ ഉണ്ടായിരുന്നുള്ളൂ. അദ്ദേഹത്തിന്റെ അഭാവത്തിൽ ജി പി പിള്ളയാണ് പ്രസ്തുത യോഗത്തിൽ അദ്ധ്യക്ഷം വഹിച്ചത്. അന്ന് ഭാരതം വലിയ ക്ഷാമത്തിന്റെ പിടിയിൽ അമർന്നിരിക്കുകയായിരുന്നു. ഈ ദുരന്തത്തിൽ നിന്നും ഇന്ത്യയെ രക്ഷിക്കുന്നതിന് സത്വര നടപടികൾ സ്വീകരിക്കണമെന്ന് ബ്രിട്ടീഷ് പ്രധാനമന്ത്രിയായിരുന്ന സാലിസ്ബറി പ്രഭുവിനോട് അപേക്ഷിക്കുന്ന ഒരു പ്രമേയം പ്രസ്തുത യോഗം കൈക്കൊണ്ടു.

ലണ്ടൻ ഇന്ത്യാ സൊസൈറ്റിയുടെ ആഭിമുഖ്യത്തിൽ മറ്റൊരു യോഗം 1901 ൽ വീണ്ടും ചേരുകയുണ്ടായി. പ്രസ്തുത സമ്മേളനത്തിന്റെ പ്രവർത്തകസമിതിയിൽ സംബന്ധിക്കണമെന്ന് ആവശ്യപ്പെട്ടുകൊണ്ട് ദാദാബായി നവറോജി ജി പി പിള്ളയ്ക്ക് ഇപ്രകാരം ഒരു കത്തെഴുതി.

പ്രിയപ്പെട്ട മിസ്റ്റർ പിള്ളേ,

ലണ്ടൻ ഇന്ത്യൻ സൊസൈറ്റി മേയ് 25-ാം തീയതി ഒരു സമ്മേളനം വിളിച്ചുകൂട്ടുവാൻ നിശ്ചയിച്ചിരിക്കുകയാണ്. വിശദമായ പരിപാടി തീരുമാനിക്കുവാൻ കർമ്മസമിതി അടുത്ത ശനിയാഴ്ച മൂന്നു

മണിക്ക് ബ്രിട്ടീഷ് കമ്മിറ്റി ഓഫീസിൽ കൂടുന്നതായിരിക്കും. നിങ്ങൾക്ക് ഔപചാരികമായ ഒരു ക്ഷണം ലഭിക്കും. ചർച്ചകളിൽ സഹായിക്കുവാൻ നിങ്ങൾകൂടി ഉണ്ടായിരിക്കണമെന്ന് ഞാൻ ആഗ്രഹിക്കുന്നു.

എന്ന്

നിങ്ങളുടെ വിശ്വസ്തൻ
ഒപ്പ്
ദാദാബായി നവറോജി

ജി പി പിള്ള നിയമപഠനവും കോൺഗ്രസ് പ്രവർത്തനവും ഒരു പോലെ മുന്നോട്ടു കൊണ്ടുപോയി. പലപ്പോഴും പണത്തിന് വലിയ ബുദ്ധി മുട്ട് അനുഭവപ്പെട്ടു. എന്നാൽ അദ്ദേഹം ആരോടും തന്റെ ബുദ്ധിമുട്ട് വെളി പ്പെടുത്തിയില്ല. പത്രങ്ങളിൽ ലേഖനം എഴുന്നതിന്റെ പ്രതിഫലം മാത്രമാ യിരുന്നു വരുമാനമാർഗ്ഗം. ആവശ്യപ്പെട്ടിരുന്നെങ്കിൽ അദ്ദേഹത്തെ സഹാ യിക്കാൻ ജീവിതത്തിന്റെ നാനാതുറകളിൽ ഉള്ളവർ എത്തുമായിരുന്നു. എന്നാൽ അഭിമാനിയായ അദ്ദേഹം ആരുടെയും മുന്നിൽ കൈനീട്ടിയില്ല. വീട്ടുകാര്യങ്ങൾ ഭാര്യാ സഹോദരനായ എസ് കെ നായർ നടത്തിക്കൊ ണ്ടിരുന്നു എന്നുള്ളതായിരുന്നു ഏകആശ്വാസം. വിശ്രമമില്ലാതെയുള്ള അദ്ധ്വാനം അദ്ദേഹത്തിന്റെ ആരോഗ്യം തകർത്തുകളഞ്ഞു. എങ്കിലും എല്ലാ പ്രതിസന്ധികളെയും അതിജീവിച്ചുകൊണ്ട് 1902 ജൂൺ 11 ന് ജി പി ബാരിസ്റ്റർ പരീക്ഷ പാസായി.

ജി പി സ്വദേശത്തേക്ക് മടങ്ങുന്നു

തന്റെ രണ്ടാം ലണ്ടൻ യാത്രയുടെ ലക്ഷ്യം സാധിച്ചശേഷം ജി പി സ്വദേശത്തേക്കു മടങ്ങാൻ തീരുമാനിച്ചു. അദ്ദേഹം ലണ്ടനിൽ നിന്നും ബോംബെയിലും അവിടെ നിന്ന് മദിരാശിയിലും അവിടെനിന്ന് കൊല്ലത്തും പിന്നീട് തിരുവനന്തപുരത്തും എത്തിച്ചേർന്നു. യാത്രാച്ചെലവിന് ആവ ശ്യമായ പണം ഇല്ലാത്തത് ജി പിയെ അസ്വസ്ഥനാക്കി. അദ്ദേഹം തന്റെ ഭാര്യ സീതാലക്ഷ്മിക്ക് ഇങ്ങനെ എഴുതി.

ലണ്ടൻ
ജൂൺ 1902

സീതാലക്ഷ്മിക്ക്,

ഈശ്വരാനുഗ്രഹം കൊണ്ട് യാതൊരു തടസ്സവും കൂടാതെ മെന ഞ്ഞാന്ന് (ജൂൺ 11 ന് ബുധനാഴ്ച) ബാരിസ്റ്റർ ആയി. ഇവിടെ വന്ന കാര്യം സാധിച്ചു. പണം ഉണ്ടായിരുന്നെങ്കിൽ ഇന്നു നമ്മുടെ രാജ്യത്തേക്ക് തിരിക്കാം. വഴിയാത്രക്കൂലിക്ക് കാത്തിരിക്കുന്നു. ഞാൻ മടങ്ങിവരുന്നത് ബോംബെ വഴി മദിരാശിയിലേക്കാണ്. മദി രാശിയിൽ നീയും കുട്ടികളും വരുന്നപക്ഷം നമ്മുടെ ചെലവിന്

കൂടി എങ്ങനെയെന്ന് അറിഞ്ഞുകൂടാ. അവിടെ വന്നാൽ പിന്നെ മദ്രാസ് ഹൈക്കോർട്ടിൽ ചേരാൻ 500 രൂപ വേണ്ടിവരും. എല്ലാ റ്റിനും ഈശ്വരൻ ഉണ്ട്. പണത്തിന്റെ കണക്ക് ഞാൻ അയച്ചിട്ടുണ്ടല്ലോ.

ജി പി പിള്ള

അദ്ദേഹം തന്റെ കർമ്മഭൂമിയായ മദിരാശിയിൽ എത്തിച്ചേർന്നപ്പോൾ സുഹൃത്തുക്കളും അഭ്യുദയകാംക്ഷികളും എല്ലാം അദ്ദേഹത്തെ കാണാൻ അവിടെ എത്തിച്ചേർന്നു. മദ്രാസ് ഹൈക്കോർട്ടിൽ ഒരു അഭിഭാഷകനായി ജി പി തുടരുമെന്നായിരുന്നു സുഹൃത്തുക്കളുടെ വിശ്വാസം. എന്നാൽ അദ്ദേഹം മദിരാശിയിൽ തുടരാൻ ആഗ്രഹി ച്ചില്ല. തകർന്നുകൊണ്ടിരിക്കുന്ന തന്റെ ആരോഗ്യസ്ഥിതിയെപ്പറ്റി ജി പി ബോധവാനായിരുന്നു. ജി പിയെക്കണ്ട സ്നേഹിതന്മാർക്കും അദ്ദേഹത്തിന്റെ മോശമായിക്കൊണ്ടിരിക്കുന്ന ആരോഗ്യസ്ഥിതിയെ പ്പറ്റി ഉൽക്കണ്ഠ തോന്നി. തിരുവിതാംകൂറിൽ വന്ന് ആരോഗ്യം വീണ്ടെടുത്ത് ഒരു അഭിഭാഷകനായും പത്രപ്രവർത്തകനായും ഇന്ത്യൻ നാഷണൽ കോൺഗ്രസിന്റെ ഒരു പ്രവർത്തകനായും സാമൂഹ്യ ജീവിതത്തിൽ നിറഞ്ഞു നില്ക്കണമെന്ന് അദ്ദേഹത്തിന്റെ സ്നേഹിതന്മാർ ആഗ്രഹിച്ചു. അദ്ദേഹം മദിരാശിയിൽനിന്നും കൊല്ലത്ത് എത്തിച്ചേർന്നു. അവിടെ അദ്ദേഹത്തിന് വീരോചിത മായ ഒരു സ്വീകരണം കൊല്ലം പൗരാവലി ഒരുക്കി. പിന്നീട് അദ്ദേഹം തിരുവനന്തപുരത്തേക്ക് പോയി. അവിടെയും അദ്ദേഹ ത്തിന് പൗരാവലിയുടെ വകയായി ഒരു ഗംഭീര സ്വീകരണം ലഭിച്ചു. റിട്ടയേർഡ് ഹൈക്കോടതി ജഡ്ജി ആയ വേദാദിശ മുതലിയാർ ആയിരുന്നു ആ യോഗത്തിന്റെ അദ്ധ്യക്ഷൻ.

ഇതിനിടയിൽ ജി പിക്ക് തിരുവിതാംകൂർ കൊട്ടാരത്തിൽനിന്നും പല ഉയർന്ന ഉദ്യോഗങ്ങളും വാഗ്ദാനം ചെയ്യപ്പെട്ടു. അദ്ദേഹത്തെ തിരുവി താംകൂറിലെ ഒരു ജഡ്ജി ആക്കാൻവരെ കൊട്ടാരം സന്നദ്ധമായിരുന്നു. തന്റെ പേരിൽ രാജ്യദ്രോഹക്കുറ്റം ചുമത്തി പിറന്ന നാട്ടിൽനിന്നും ഓടി പ്പോകുവാൻ കാരണക്കാരായവർ വെച്ചുനീട്ടിയ ഉന്നത ഉദ്യോഗങ്ങൾ ഒന്നും ജി പിയെ പ്രലോഭിപ്പിച്ചില്ല. അദ്ദേഹം രാജകീയ സർവ്വീസിൽ ഒരു ഉദ്യോ ഗവും സ്വീകരിക്കാൻ കൂട്ടാക്കിയില്ല. പകരം തിരുവിതാംകൂർ ഹൈക്കോ ടതിയിൽ ഒരു അഭിഭാഷകനായി സന്നത് എടുത്തു.

ജി പി പിള്ളയോടൊപ്പം മഹാരാജാസ് കോളേജിൽനിന്നും പുറത്താ ക്കപ്പെട്ട എൻ രാമൻപിള്ള, ആർ രംഗറാവു എന്നീ വിദ്യാർത്ഥികളുടെ ഭാവിയെപ്പറ്റി അറിയാൻ വായനക്കാർക്ക് താല്പര്യമുണ്ടാകുമല്ലോ. എൻ രാമൻപിള്ള തിരുവിതാംകൂർ സർവ്വീസിൽ പ്രവേശിക്കുകയും എക്സൈസ് കമ്മീഷണറായി വിരമിക്കുകയും ചെയ്തു. ആർ രംഗറാവു ആകട്ടെ ബി എ ബി എൽ ബിരുദം സമ്പാദിക്കുകയും തിരുവിതാംകൂറിൽ അസി സ്റ്റന്റ് ഹെഡ് സർക്കാർ വക്കീലായിത്തീരുകയും ചെയ്തു.

12

ജി പി പിള്ളയും ടി എം നായരും

ജി പി പിള്ളയും ടി എം നായരും ഒന്നിച്ച് ലണ്ടൻയാത്ര നടത്തി യത് മുൻപ് വിവരിച്ചിട്ടുണ്ടല്ലോ. ജി പി പിള്ളയുടെ ജീവിതത്തിൽ ഗണ്യ മായ സ്വാധീനം ചെലുത്തിയ ഒരു വ്യക്തിയാണ് ടി എം നായർ എന്ന തെരവത്ത് മാധവൻ നായർ. *ലണ്ടനും പാരീസും* എന്ന പുസ്തകത്തിൽ ടി എം നായരെ ജി പി വിശേഷിപ്പിച്ചിരിക്കുന്നത് എന്റെ സ്നേഹിതനും വൈദ്യനും സഖിയും എന്നാണ്. രണ്ടുപേരുടെയും കർമ്മഭൂമി മദ്രാസ് പട്ടണമായിരുന്നു. പത്രപ്രവർത്തനരംഗത്തും രണ്ടുപേരും അദ്വിതീയരാ യിരുന്നു.

1894 ൽ ടി എം നായർ ബ്രിട്ടനിലെ എഡിൻബറോ സർവ്വകലാശാല യിൽ നിന്നും വൈദ്യ ബിരുദം സമ്പാദിച്ചു. 1897 വരെ അദ്ദേഹം ബ്രിട്ട നിൽ ഡോക്ടറായി സേവനം അനുഷ്ഠിച്ചു. ഈ കാലയളവിൽ ടി എം നായർക്ക് ഇംഗ്ലണ്ടിലെ ഭരണ നിപുണന്മാരും രാജ്യതന്ത്രജ്ഞന്മാരും തൊഴിലാളി നേതാക്കന്മാരുമായി ഇടപെടുന്നതിന് അവസരം ലഭിച്ചു. ഇംഗ്ല ണ്ടിലെ സോഷ്യലിസ്റ്റ് ചിന്താഗതിക്കാരായ രാഷ്ട്രീയ നേതാക്കന്മാരുമാ യുള്ള സമ്പർക്കം ടി എം നായരുടെ ചിന്താഗതിയിൽ വലിയ മാറ്റം വരുത്തി. ഇന്ത്യയിലെ തൊഴിലാളികളുടെ ദുരിതപൂർണ്ണമായ ജീവിതവും അവരുടെ വിദ്യാഭ്യാസമില്ലായ്മയും എല്ലാം ടി എം നായരെ ആശങ്കാകുലനാക്കി. ഇന്ത്യയെ ശക്തിപ്പെടുത്തണമെങ്കിൽ തൊഴിലാളി വർഗ്ഗത്തിന്റെ ജീവിത നിലവാരം ഉയർത്തണമെന്ന് അദ്ദേഹം മനസ്സിലാക്കി. അദ്ദേഹം കേരള ത്തിൽ നിന്നുള്ള ആദ്യകാല കോൺഗ്രസ് നേതാക്കളിൽ ഒരാളായിരുന്നു.

ഇന്ത്യയിൽ നിലനിന്നുപോന്ന ബ്രാഹ്മണ മേധാവിത്വത്തെ അദ്ദേഹം നഖശിഖാന്തം എതിർത്തു. ബ്രാഹ്മണ്യത്തിന്റെ നീരാളിപ്പിടുത്തത്തിൽ നിന്നും ഇന്ത്യയെ മോചിപ്പിക്കുക എന്ന ഉദ്ദേശ്യത്തോടെ അദ്ദേഹം ജസ്റ്റിസ് പാർട്ടിയും *ജസ്റ്റിസ്* പത്രവും ആരംഭിച്ചു. കൂടാതെ അന്ന് മദ്രാസിൽ നില

ഡോ. ടി എം നായരും ജി പിയും ഇംഗ്ലണ്ടിൽ

വിൽ വന്ന അബ്രാഹ്മണ പ്രസ്ഥാനവുമായി സഹകരിച്ച് പ്രവർത്തിച്ചു. ബ്രാഹ്മണ്യത്തോടുള്ള എതിർപ്പ് രണ്ടുപേർക്കും ഉണ്ടായിരുന്നു. തന്റെ കയ്പുനിറഞ്ഞ ബാല്യകാലാനുഭവങ്ങളാണ് ജി പി പിള്ളയെ ബ്രാഹ്മണ വിരോധിയാക്കിയതെങ്കിൽ ഇന്ത്യാ ചരിത്രത്തിലുള്ള ആഴമായ വായനയും പഠനവുമാണ് ടി എം നായരെ ബ്രാഹ്മണവിരോധിയാക്കിയത്. ബ്രാഹ്മണ്യ ത്തോടുള്ള വിരോധം ടി എം നായരെ ആനിബസന്റിന്റെ ശത്രുവാക്കി. ആനി ബസന്റിന്റെ ബ്രാഹ്മണപക്ഷപാതം പ്രസിദ്ധമാണല്ലോ. തിരുവിതാം കൂറിൽനിന്നും നാടുകടത്തപ്പെട്ട സ്വദേശാഭിമാനി രാമകൃഷ്ണപിള്ള യെയും കുടുംബത്തെയും സംരക്ഷിച്ചത് ടി എം നായരുടെ സഹോദരി തെരവത്ത് അമ്മാളുഅമ്മ ആയിരുന്നു.

13

ജി പി പിള്ളയും എസ് കെ നായരും

ജി പി പിള്ളയുടെ ജീവിതത്തിൽ വലിയ സ്വാധീനം ചെലുത്തിയ മറ്റൊരു വ്യക്തിയാണ് എസ് കെ നായർ.

ജി പി പിള്ളയുടെ ഭാര്യാസഹോദരനായ എസ് കെ നായർ തിരുവിതാംകൂറിൽ നിന്നുള്ള ആദ്യകാല കോൺഗ്രസ് നേതാക്കളിൽ ഒരാളായിരുന്നു. 1893 ൽ ലാഹോറിൽ വച്ചുകൂടിയ കോൺഗ്രസ് സമ്മേളനത്തിൽ സാങ്കേതിക വിദ്യാഭ്യാസത്തെപ്പറ്റി പ്രമേയം അവതരിപ്പിച്ചത് എസ് കെ നായരായിരുന്നു. 1903 ൽ മദ്രാസിൽ കൂടിയ കോൺഗ്രസ് സമ്മേളനത്തിൽ സൗത്താഫ്രിക്കൻ പ്രശ്നത്തിന്മേലുള്ള പ്രമേയം പിന്താങ്ങിയതും എസ് കെ നായരായിരുന്നു. ജി പി നിയമപഠനത്തിന് ലണ്ടനിൽ പോയ സമയത്ത് ജി പിയുടെ കുടുംബത്തെ സംരക്ഷിച്ചിരുന്നതും ജി പിയുടെ അന്ത്യനാളുകളിൽ അദ്ദേഹത്തെ ശുശ്രൂഷിച്ചിരുന്നതും ജി പിയുടെ അകാല ചരമത്തെത്തുടർന്ന് അദ്ദേഹത്തിന്റെ

എസ് കെ നായർ

കുടുംബത്തെ സംരക്ഷിച്ചിരുന്നതും എസ് കെ നായർ ആയിരുന്നു.

എസ് കെ നായർ തിരുവിതാംകൂറിലെ അറിയപ്പെട്ട ഒരു വാഗ്മിയാ യിരുന്നു. ടിക്കറ്റ് വച്ചായിരുന്നു അദ്ദേഹത്തിന്റെ പ്രസംഗങ്ങൾ. പ്രസംഗ ത്തിൽ നിന്നുള്ള വരുമാനമായിരുന്നു അദ്ദേഹത്തിന്റെ ഉപജീവനമാർഗ്ഗം. ഔദ്യോഗിക വിദ്യാഭ്യാസം ഒന്നും ലഭിക്കാത്ത എസ് കെ നായർ സ്വന്തം പരിശ്രമം കൊണ്ട് ഇംഗ്ലീഷിലും മലയാളത്തിലും അറിവു നേടി. അദ്ദേഹം പ്രസംഗിക്കുന്നു എന്നു കേട്ടാൽ പ്രസംഗം നടക്കുന്ന ഹാളും വരാന്തയും എല്ലാം ക്ഷണനേരംകൊണ്ട് ശ്രോതാക്കളെക്കൊണ്ട് നിറയും. ഇംഗ്ലീഷു കാരെപ്പോലെ കോട്ടും സൂട്ടും ടൈയും എല്ലാം കെട്ടി ഇടതടവില്ലാതെ പ്രസംഗിക്കുന്നത് കേട്ടാൽ ഒരു ഇംഗ്ലീഷുകാരൻ പ്രസംഗിക്കുന്നതായിട്ടേ ശ്രോതാക്കൾക്ക് തോന്നിയിരുന്നുള്ളൂ.

14

കുടുംബം

തിരുവിതാംകൂർ സർവ്വീസിലെ മുൻസിഫ് ആയിരുന്ന സുബ്ര ഹ്മണ്യം പിള്ളയുടെ മകളും പ്രസിദ്ധ വാഗ്മിയും ഇന്ത്യൻ നാഷണൽ കോൺഗ്രസ് നേതാവുമായിരുന്ന എസ് കെ നായരുടെ സഹോദരിയു മായ സീതാലക്ഷ്മി ആയിരുന്നു ജി പിയുടെ സഹധർമ്മിണി. മലയാളി മെമ്മോറിയൽ സമർപ്പണത്തിന് ജി പി തിരുവനന്തപുരത്ത് വന്നപ്പോഴാ യിരുന്നു അദ്ദേഹത്തിന്റെ വിവാ ഹം. തികച്ചും അനാർഭാടമായ രീതിയിലായിരുന്നു വിവാഹം. അദ്ദേഹത്തിന്റെ ആത്മമിത്രമായ ടി മാർത്താണ്ഡൻ തമ്പി. ചരിത്ര നോവലിസ്റ്റായ സി വി രാ മൻപിള്ള എന്നിവരാണ് ജി പിയോടൊപ്പം ഉണ്ടായിരുന്നത്. ജി പി പിള്ള – സീതാലക്ഷ്മി ദമ്പ തികൾക്ക് രണ്ടു പുത്രന്മാരാണു ണ്ടായിരുന്നത്. ജി പി ഭാസ്കരപി ള്ളയും ജി പി ശേഖരപിള്ളയും. ഭാസ്കരപിള്ള സർക്കാർ ഉദ്യോ ഗസ്ഥനായി വിരമിച്ചു. അദ്ദേഹ ത്തിന്റെ മക്കളാണ് കസ്തൂരിബാ യി, പരമേശ്വരൻപിള്ള, രാധാ ദേവി, ഗോപാലകൃഷ്ണപിള്ള (അഡ്വക്കേറ്റ് കോട്ടൂർ ഗോപാല കൃഷ്ണപിള്ള), വേലായുധൻ

ജി പിയുടെ സഹധർമ്മിണി
സീതാലക്ഷ്മി

നായർ എന്നിവർ. ജി പി ശേഖരപിള്ള അദ്ധ്യാപകനും വിദ്യാഭ്യാസ പ്രവർത്തകനും പത്രപ്രവർത്തകനുമായിരുന്നു. ജി പി ശേഖർ എന്ന പേരി ലാണ് അദ്ദേഹം അറിയപ്പെട്ടിരുന്നത്. രാധ എം നായർ, ഇന്ദിരാരാമകൃ ഷ്ണപിള്ള എന്നിവരാണ് ജി പി ശേഖറിന്റെ മക്കൾ. ഇന്ദിരാരാമകൃഷ്ണ പിള്ള സാമൂഹ്യപ്രവർത്തകയാണ്.

15

അന്ത്യനാളുകൾ

ചു രുങ്ങിയ സമയംകൊണ്ട് പ്രഗത്ഭനായ ഒരു അഭിഭാഷകനായി അദ്ദേഹം പ്രസിദ്ധനായി. അദ്ദേഹം ആദ്യമായി വാദിച്ച കേസ് ചാഴുവിലം കൂട്ടക്കവർച്ചാക്കേസാണ്. ഈ കേസിൽ ജി പി വിജയിച്ചതോടെ കക്ഷി കൾ അദ്ദേഹത്തെ അന്വേഷിച്ചു തുടങ്ങി. അഭിഭാഷക വൃത്തിയിൽനിന്നും ആദ്യത്തെ മാസം അദ്ദേഹത്തിന് ലഭിച്ച പ്രതിഫലം അഞ്ഞൂറു രൂപയാണ്. അന്ന് ഇത് വലിയ ഒരു സംഖ്യയാണ്. എന്നാൽ അനുദിനം അദ്ദേഹത്തിന്റെ ആരോഗ്യം ക്ഷയിച്ചുകൊണ്ടിരുന്നു. അദ്ദേഹം ക്ഷയരോഗത്തിന് അടിമ യായി കഴിഞ്ഞിരുന്നു. ഇംഗ്ലണ്ടിലെ കഠിനശൈത്യവും വിശ്രമമില്ലാത്ത ജീവിതവും പലപ്പോഴും ശരിയായ ഭക്ഷണം പോലും ഇല്ലാതെ കഴിയേ ണ്ടിവന്നതും എല്ലാം ആണ് അരോഗദൃഢഗാത്രനായിരുന്ന ജി പിയെ ഒരു രോഗിയാക്കി മാറ്റിയത്. അഭിഭാഷക വൃത്തിയിലും പത്രപ്രവർത്തനത്തിലും അദ്ദേഹത്തിന് ശ്രദ്ധിക്കാൻ കഴിയാതെയായി.

അന്ന് കൊല്ലത്ത് പിറ്റർ ലക്ഷ്മണൻ എന്ന പേരിൽ ഒരു പ്രസിദ്ധ ഡോക്ടർ ഉണ്ടായിരുന്നു. അദ്ദേഹം ജി പിയുടെ ആത്മസുഹൃത്ത് ആയി രുന്നു. ജി പിയുടെ രോഗവിവരം സുഹൃത്തുക്കളിൽനിന്നും അറിഞ്ഞ അദ്ദേഹം ജി പിയെ കൊല്ലത്തുള്ള ഡോക്ടറുടെ വസതിയിലേക്കു കൂട്ടി ക്കൊണ്ടുപോയി. എല്ലാ പരിചരണങ്ങളും ചെയ്തു. എന്നാൽ അതുകൊ ണ്ടൊന്നും ജി പിയുടെ രോഗത്തിന് യാതൊരു ശമനവും ഉണ്ടായില്ല. അദ്ദേ ഹത്തിന് വിശപ്പ് കുറയുകയും ആഹാരത്തിന് രുചി അനുഭവപ്പെടാതിരി ക്കുകയും ചെയ്തു. ഇതിന് ഒരു പ്രതിവിധി എന്ന നിലയിൽ ജി പിയുടെ സ്യാലനായ എസ് കെ നായർ അല്പം ബ്രാൻഡി അദ്ദേഹത്തിന് ഒരു ഔഷധം എന്ന നിലയിൽ നല്കാൻ ശ്രമിച്ചു. എന്നാൽ ജീവിതകാലം മുഴുവൻ മദ്യവർജ്ജനത്തിന് വേണ്ടി പ്രവർത്തിച്ച ജി പി മരുന്നെന്ന നില യിൽപ്പോലും ബ്രാൻഡി കഴിക്കാൻ വിസമ്മതിച്ചു. "ശപ്തമായ ആ

ഔഷധം" കഴിക്കുന്നതിനേക്കാൾ മരിക്കുന്നതാണ് തനിക്ക് ഇഷ്ടമെന്ന് ജി പി സ്യാലനെ അറിയിച്ചു.

അങ്ങനെ തന്റെ പ്രിയപ്പെട്ട ഭാര്യയെയും വാത്സല്യനിധികളായ മക്കളെയും അനേകം സ്നേഹിതരെയും തീരാദുഃഖത്തിലാഴ്ത്തിക്കൊണ്ട് കേവലം 39 വർഷം മാത്രം പിന്നിട്ട ആ മഹത്തായ ജീവിതം 1903 മെയ് 21-ാം തീയതി എന്നെന്നേക്കുമായി പൊലിഞ്ഞുപോയി.

ജി പിയുടെ മരണവൃത്താന്തം സ്വന്തം നാട്ടിലും വിദേശത്തും എല്ലാം നിമിഷങ്ങൾക്കുള്ളിൽ അറിഞ്ഞു. ജി പിയുടെ അകാല ദേഹവിയോഗം അദ്ദേഹത്തിന്റെ സ്വദേശത്തും വിദേശത്തുമുള്ള സ്നേഹിതർ ഒരു നടുക്കത്തോടെയാണ് ശ്രവിച്ചത്. പിറ്റേ ദിവസത്തെ ഇന്ത്യൻ പത്രങ്ങളും യൂറോപ്യൻ പത്രങ്ങളും എല്ലാം ജി പിയുടെ മരണവാർത്തയുമായാണ് വായനക്കാരുടെ കൈയിൽ എത്തിയത്. എല്ലാ പ്രമുഖ പത്രങ്ങളും അനുശോചിച്ചുകൊണ്ട് മുഖപ്രസംഗങ്ങൾ എഴുതി. ചരമത്തിൽ അനുശോചിക്കുന്നതിനുവേണ്ടി തിരുവനന്തപുരം നാഷണൽ ക്ലബ്ബിൽ ഒരു യോഗം ചേർന്നു. സി കൃഷ്ണപിള്ളയായിരുന്നു അദ്ധ്യക്ഷൻ. ജി പി ബാരിസ്റ്റർ പരീക്ഷ പാസായി നാട്ടിൽ തിരിച്ചെത്തിയപ്പോൾ ഇതേ ക്ലബ്ബിൽ വച്ചായിരുന്നു അനുമോദനസമ്മേളനം. അന്നും സി കൃഷ്ണപിള്ളയായിരുന്നു അദ്ധ്യക്ഷൻ. ആ സമ്മേളനത്തിൽ രാജകുടുംബാംഗങ്ങൾ തൊട്ട് ജീവിതത്തിന്റെ എല്ലാ മേഖലകളിലും ഉള്ളവർ പങ്കെടുത്തു. ജി പിയുടെ അകാലികമായ വേർപാട് സമസ്ത ജനങ്ങളെയും ദുഃഖത്തിൽ ആഴ്ത്തി.

ഉപസംഹാരം

ബാരിസ്റ്റർ ജി പി പിള്ള രാഷ്ട്രീയ പ്രക്ഷോഭകൻ, പത്രപ്രവർത്ത
കൻ, സമുദായ പരിഷ്കർത്താവ് എന്നീ നിലകളിൽ ഇന്ത്യൻ ദേശീയ
നഭോമണ്ഡലത്തിൽ രണ്ട് ദശാബ്ദക്കാലത്തോളം ഒളിമിന്നി നിന്ന ഒരു നക്ഷ
ത്രമാണ്. എന്നാൽ ആ താരകം പെട്ടെന്ന് പൊലിഞ്ഞുപോയി. ജി പി ചരമ
മടഞ്ഞ് 11 ദശാബ്ദങ്ങൾക്കിപ്പുറം നിന്ന് ആ ജീവിതത്തെയും പ്രവർത്തന
ങ്ങളെയും വിലയിരുത്തുന്ന ഒരു ചരിത്ര വിദ്യാർത്ഥിയെ കുഴയ്ക്കുന്ന ഒരു
ചോദ്യമുണ്ട്. 39-ാം വയസ്സിൽ വിധി ജി പിയുടെ ജീവിതം തട്ടിത്തെറിപ്പി
ക്കാതിരുന്നെങ്കിൽ ഇന്ത്യൻ രാഷ്ട്രീയത്തിൽ അദ്ദേഹം എന്താകുമായി
രുന്നു?

ഗാന്ധിജി ഇന്ത്യൻ രാഷ്ട്രീയത്തിൽ സജീവമായതോടെ ഇന്ത്യൻ
രാഷ്ട്രീയം രണ്ടു ധ്രുവങ്ങളിലായി. ഗാന്ധിജിയെ അനുകൂലിക്കുന്നവരും
പ്രതികൂലിക്കുന്നവരും. ജി പി ജീവിച്ചിരുന്നെങ്കിൽ ഇതിൽ ഏത് ചേരി
യിൽ നിലകൊള്ളുമായിരുന്നു? അനേകം ഗാന്ധിശിഷ്യന്മാരുടെ നേതാ
വായിത്തീരുമായിരുന്നോ? അതോ ആനിബസന്റിനെപ്പോലെയും സർ സി
ശങ്കരൻനായരെപ്പോലെയും ബാരിസ്റ്റർ ജോർജ്ജ് ജോസഫിനെപ്പോ
ലെയും വഴിമുട്ടി രാഷ്ട്രീയത്തിൽ നിന്ന് സ്വയം വിരമിക്കുമായിരുന്നോ?
ഇവിടെ ചോദ്യം മാത്രമേയുള്ളൂ. ഉത്തരം ഇല്ല.

എന്നാൽ അദ്ദേഹം ജീവിച്ചുതീർത്ത 39 വർഷത്തെ പ്രവർത്തനങ്ങളെ
വിലയിരുത്തി അദ്ദേഹത്തിന് പൊതുജീവിതത്തിൽ ഒരു സ്ഥാനം നിർണ്ണ
യിക്കേണ്ടത് ചരിത്രാന്വേഷികളുടെ കടമയാണ്. അപ്പോൾ ഭാവി തലമുറ
ജി പി യെ സ്മരിക്കേണ്ടത് എന്തിന്റെ പേരിലാണ്? രാഷ്ട്രീയ പ്രക്ഷോഭക
നായും സാഹിത്യകാരനായും പത്രപ്രവർത്തകനായും എല്ലാം നാം അദ്ദേ
ഹത്തെ കണ്ടു. മലയാളപത്രപ്രവർത്തനത്തിന്റെ കുലപതിസ്ഥാനം സ്വദേ
ശാഭിമാനി രാമകൃഷ്ണപിള്ളയ്ക്ക് അവകാശപ്പെട്ടതാണ്. സ്വദേശാഭിമാ

നിക്കു മുമ്പുതന്നെ ജി പി പിള്ള പത്രപ്രവർത്തനരംഗത്ത് വന്നതാണ്. എന്നാൽ അദ്ദേഹത്തിന്റെ ഭാഷ ഇംഗ്ലീഷായിരുന്നു. അങ്ങനെയാണ് ജി പിക്ക് മലയാള പത്രപ്രവർത്തനത്തിന്റെ കുലപതിസ്ഥാനം നഷ്ടപ്പെട്ടത്. ഇനി സാഹിത്യത്തിന്റെ കാര്യം എടുക്കാം. *ലണ്ടനും പാരീസും* എന്ന പുസ്തകം യാത്രാവിവരണസാഹിത്യ ആരാമത്തിലെ ഒരപൂർവ്വ കുസുമ മാണ്. പക്ഷേ, അത് ഇംഗ്ലീഷ് ഭാഷയിൽ ആയിപ്പോയി, അതിന്റെ പരി ഭാഷ മലയാളത്തിൽ ഉടൻ വന്നെങ്കിലും. സൂക്ഷ്മത്തിൽനിന്നും സൂക്ഷ്മ ത്തിലേക്ക് പോകുന്നതാണല്ലോ സാഹിത്യത്തിന്റെ ലക്ഷണം. ജി പി പത്ര പ്രവർത്തകനായതുകൊണ്ട് സൂക്ഷ്മത്തിലേക്ക് പോകാൻ കഴിഞ്ഞില്ല. ആഴമല്ല പരപ്പാണല്ലോ പത്രപ്രവർത്തനം ആവശ്യപ്പെടുന്നത്.

ഇനി രാഷ്ട്രീയത്തിലേക്ക് വരാം. ഇന്ത്യൻ നാഷണൽ കോൺഗ്ര സിന്റെ ഏറ്റവും ഉയർന്ന പദവി പ്രസിഡന്റ് പദവും പിന്നത്തേത് ജനറൽ സെക്രട്ടറി പദവും ആണ്. ഈ രണ്ടു പദവികളും ജി പിക്ക് ലഭിച്ചില്ല. പിന്നെ ഉള്ളത് മലയാളി മെമ്മോറിയൽ ആണ്. എന്നാൽ ആ പ്രക്ഷോഭം ഒരു പൂർണ്ണവിജയമായിരുന്നില്ല. മലയാളി മെമ്മോറിയൽ കഴിഞ്ഞ് തിരു വിതാംകൂറിൽ നിയമിക്കപ്പെട്ടിട്ടുള്ള പരദേശി ദിവാന്മാരുടെ കണക്കു നോക്കിയാൽ ഈ വസ്തുത ബോദ്ധ്യപ്പെടും. പിന്നെ എന്താണ് ഭാവി തലമുറയ്ക്ക് ജി പിയെ ഓർമ്മിക്കാൻ ഉള്ളത്? ഇതിന് നിഷ്പക്ഷമതിക ളായ ചരിത്രാന്വേഷികൾ നല്കുന്ന മറുപടി ഇതാണ്.

അന്നദാതാവായ പൊന്നുതമ്പുരാന്റെ മുമ്പിൽ തിരുവായ്ക്ക് എതിർവായില്ല എന്ന മട്ടിൽ പഞ്ചപുച്ഛം അടക്കി നിന്നിരുന്ന രാജഭക്ത രായ തിരുവിതാംകൂറുകാരെ ജനാധിപത്യത്തിന്റെ ബാലപാഠങ്ങൾ പഠി പ്പിച്ചത് ജി പി പിള്ളയല്ലാതെ മറ്റാരുമല്ല. തിരുവിതാംകൂറിന്റെ തെക്കെ അതിർത്തി തൊട്ട് വടക്കേ അതിർത്തിവരെ പൊതുയോഗങ്ങൾ സംഘടി പ്പിക്കുകയും സാരവത്തും ആവേശഭരിതങ്ങളുമായ പ്രസംഗങ്ങൾ കൊണ്ട് ജനത്തെ പ്രബോധിപ്പിക്കുകയും പൗരധർമ്മത്തിന്റെ പാഠങ്ങൾ അവരെ പഠിപ്പിച്ച് ഒരുത്തമ ജനാധിപത്യ ഭരണക്രമം സ്ഥാപിക്കാൻ അവരെ പ്രാപ്ത രാക്കുകയും ചെയ്തത് ജി പി അല്ലാതെ മറ്റാരുമല്ല. ജി പി ഉഴുത് മറിച്ചിട്ട മണ്ണിലാണ് പിന്നീട് തിരുവിതാംകൂറിലെ ത്രിമൂർത്തികൾ എന്നറിയപ്പെ ടുന്ന പട്ടം താണുപിള്ളയും സി കേശവനും ടി എം വർഗ്ഗീസും വിത്ത് പാകിയത്. ഉത്തരവാദപ്രക്ഷോഭണ കാലത്തും പിന്നീട് ഇന്ത്യ സ്വാതന്ത്ര്യം പ്രാപിച്ചപ്പോൾ ഇന്ത്യൻ യൂണിയനിൽ ലയിക്കാതെ സ്വതന്ത്രതിരുവിതാം കൂറിനുവേണ്ടി നിലകൊണ്ട സർ സി പി രാമസ്വാമി അയ്യരെ തിരുവിതാം കൂറിൽനിന്നും കെട്ടുകെട്ടിക്കാൻ തിരുവിതാംകൂറുകാർക്ക് ശക്തി പകർന്നത് മലയാളി മെമ്മോറിയൽ കാലത്ത് ജി പി പിള്ളയുടെ നേതൃ ത്വത്തിൽ നടന്ന ജനകീയ പ്രക്ഷോഭത്തിൽ നിന്നും സംഭരിച്ച ഊർജ്ജ മാണ്. ഇതാണ് ജി പി പിള്ള തിരുവിതാംകൂറിന് നല്കിയ സംഭാവന. വരുംതലമുറ അദ്ദേഹത്തെ നന്ദിപൂർവ്വം സ്മരിക്കും എന്ന വിശ്വാസ ത്തോടെ ഈ ലഘുഗ്രന്ഥം അവസാനിപ്പിക്കുന്നു.

മഹാത്മാക്കൾ ജി പിയെപ്പറ്റി

മഹാത്മാഗാന്ധി

ß മദ്രാസ് സ്റ്റാൻഡാർഡിന്റെ പത്രാധിപരായിരുന്ന ജി പരമേശ്വരൻ പിള്ളയാണ് മദിരാശിയിലെന്നെ കൂടുതൽ സഹായിച്ചത്. വിഷയം അദ്ദേഹം ശ്രദ്ധയോടെ പഠിച്ചിട്ടുണ്ടായിരുന്നു. പലപ്പോഴും എന്നെ അദ്ദേ ഹത്തിന്റെ ഓഫീസിലേക്ക് ക്ഷണിച്ചുവരുത്തി നിർദ്ദേശങ്ങൾ തരുമായി രുന്നു. ഹിന്ദുപത്രത്തിലെ ജി സുബ്രഫണ്യവും മറ്റൊരു ഡോക്ടർ സുബ്ര ഫണ്യവും വലിയ അനുഭാവം പ്രകടിപ്പിച്ചു. എന്നാൽ *മദ്രാസ് സ്റ്റാൻഡാർഡിന്റെ* കോളങ്ങൾ യഥേഷ്ടം അനുവദിച്ച് സഹായിച്ചത് ജി പരമേശ്വരൻ പിള്ളയായിരുന്നു. ആ ഔദാര്യം ഞാൻ പൂർണ്ണമായി പ്രയോ ജനപ്പെടുത്തി എന്നുപറയട്ടെ.

എന്റെ സത്യാന്വേഷണപരീക്ഷണങ്ങൾ

എം കെ ഗാന്ധി

വിവർത്തനം – സി പി ഗംഗാധരൻ

കണ്ടത്തിൽ വറുഗ്ഗീസ് മാപ്പിള

ജി പി പിള്ള അവർകൾ വല്ല യോഗത്തിലും പ്രസംഗിക്കുന്നതായി നോട്ടീസ് കണ്ടാൽ പിന്നെ അവിടെ സ്ഥലം മതിയാകുന്നതല്ല. മദ്രാസിലെ ഉദ്യോഗസ്ഥന്മാരല്ലാത്ത യൂറോപ്യന്മാരും നാട്ടുകാരും എല്ലാം കൂടിച്ചേർന്ന് ഗവൺമെന്റിന്റെ ഒരു പ്രവൃത്തിയെ ആക്ഷേപിക്കുന്നതിനായി ഒരിക്കൽ മദ്രാസിലെ വിക്ടോറിയ ഹാളിൽ ഒരു മഹായോഗം കൂടി. ആ വലിയ ഹാളിൽ സൂചികുത്താൻ സ്ഥലമില്ലാത്തവണ്ണം ആൾ കൂടിയിരുന്നു. ഓരോ മഹാന്മാർ പ്രസംഗിച്ച കൂട്ടത്തിൽ ഇദ്ദേഹം എണീറ്റപ്പോൾ ഒരു പത്തുമി നിറ്റിൽ കുറയാതെ അവിടെ കൂടിയിരുന്നവരെല്ലാം കൂടി കൈകൊട്ടുക

യുണ്ടായി. വളരെ പ്രയാസപ്പെട്ടാണ് ശബ്ദം നിർത്തിയത്. ഇത് കഴിഞ്ഞ് മദ്രാസിലെ ഹിന്ദു എന്ന പ്രതിദിന പത്രത്തിന്റെ പത്രാധിപരായിരുന്ന ജി സുബ്രഹ്മണ്യയ്യർ എണീറ്റു. അദ്ദേഹത്തിനെ സദസ്യർ യാതൊരുവിധ ത്തിലും വകവെച്ചതായി കണ്ടില്ല. ഇതെഴുതുന്ന ആൾ കണ്ടറിഞ്ഞ ഒരു സംഗതിയാണിത്.

കണ്ടത്തിൽവറുഗ്ഗീസ് മാപ്പിളയുടെ മുഖപ്രസംഗങ്ങൾ
1903 മെയ് 23

സി കേശവൻ

ഇന്ത്യൻ നാഷണൽ കോൺഗ്രസിന്റെ ശ്രദ്ധയെപ്പോലും ഈഴവാദി കളുടെ കഷ്ടസ്ഥിതിയിലേക്കാകർഷിച്ചു. അഖിലേന്ത്യാ പ്രശസ്തിയാർജ്ജി ച്ചിരുന്ന മറ്റു സംഘടനകളുടെ യോഗങ്ങളിലും അത് വാദവിഷയമാക്കി. ബ്രിട്ടീഷ് പാർലമെന്റുവരെ ഇക്കാര്യം അദ്ദേഹം എത്തിച്ചു. കർണ്ണൽ യൂൾ പാർലമെന്റിൽ ഈഴവരുടെ കാര്യം ചോദിച്ചു. പ്രചാരണവിദ്യയിൽ തുറു പ്പുചീട്ട് എപ്പോഴും ഡോക്ടർ പല്പു കൈവശപ്പെടുത്തിയിരുന്നു. ഇതിൽ ബാരിസ്റ്റർ ജി പി പിള്ളയുടെ സഹായം ഡോക്ടർക്ക് ഒട്ടേറെ സിദ്ധിച്ചി രുന്നു. ജി പിയുടെ *മദ്രാസ് സ്റ്റാൻഡാർഡ്* എന്ന ഇംഗ്ലീഷ് പത്രം ഈഴവ രുടെ നേർക്ക് തിരുവിതാംകൂർ സർക്കാർ അനുവർത്തിച്ച അപനയത്തെ പ്പറ്റി പല ലേഖനങ്ങളും പ്രസിദ്ധപ്പെടുത്തി. കോൺഗ്രസിൽ വാദം നട ത്തിയതും അദ്ദേഹം തന്നെ. അദ്ദേഹത്തോട് ഈഴവർക്ക് അങ്ങനെ ശാശ്വ തമായ അധമർണ്യം ഉണ്ടായിട്ടുണ്ട്.

ജീവിതസമരം

ഡി സി കിഴക്കേമുറി

ഇരുപതാം നൂറ്റാണ്ടിന്റെ ആരംഭകാലത്ത് ഇന്ത്യയുടെ രാഷ്ട്രീയ പ്രബു ദ്ധത ഇന്നത്തേതിന്റെ ശതാംശം പോലും ഉണ്ടായിരുന്നില്ല. അങ്ങുമിങ്ങും ചില വ്യക്തികൾ മാത്രം സ്വയംഭരണത്തെ സ്വപ്നം കാണുകയും അന്നത്തെ ദുഷിച്ചു നാറിയ ഭരണരീതിയെ ഏറ്റവും മിതമായ ഭാഷയിൽ വിമർശിക്കുകയും ചെയ്തിരുന്നു. ഒരു ജനകീയ പ്രക്ഷോഭത്തിന് രാജ്യം പാകമായിരുന്നില്ല. തിരുവിതാംകൂറിന്റെ അന്നത്തെ നിലയും ഏതാണ്ട് ഇപ്രകാരമായിരുന്നു. വിദേശത്തുനിന്ന് ഇറക്കുമതി ചെയ്തിരുന്ന ദിവാ ന്മാരുടെ തോന്ന്യാസങ്ങൾക്ക് ആ രാജ്യം പൂർണ്ണമായി വഴങ്ങിക്കൊടു ത്തിരുന്ന കാലമായിരുന്നു അത്. ബാരിസ്റ്റർ ജി പി പിള്ളയ്ക്ക് മാത്രമേ അക്കാലത്ത് തിരുവിതാംകൂറിൽ സ്വല്പം രാഷ്ട്രീയ വെളിച്ചം വീശുവാൻ കഴിഞ്ഞിരുന്നുള്ളൂ. അദ്ദേഹത്തിന്റെ പ്രവർത്തന കേന്ദ്രം തന്നെ മദ്രാസാ യിരുന്നു.

സ്വദേശാഭിമാനി രാമകൃഷ്ണപിള്ളയുടെ *എന്റെ നാടുകടത്തൽ* എന്ന പുസ്തകത്തിന്റെ അവതാരികയിൽ ഡി സി കിഴക്കേമുറി

സി വി കുഞ്ഞിരാമൻ

അന്നത്തെ നായകന്മാരുടെ നടുനായകമായിരുന്ന കാവാലം നീല കണ്ഠപ്പിള്ള അവർകളുടെ അദ്ധ്യക്ഷതയിൽ ആരംഭിച്ച ആ സഭയിൽ സമു ജ്ജ്വല ദേശാഭിമാനവും സമുദായ മൈത്രിയും സാഹോദര്യവും വാക്കിലും നോക്കിലും ആവശ്യത്തിന് മാത്രം പ്രസരിക്കുന്ന അംഗവിക്ഷേപങ്ങളിലും പ്രസന്ന പ്രൗഢമായി പ്രകാശിപ്പിച്ചുകൊണ്ട് വിഖ്യാതനായ ജി പി പിള്ള അവർകൾ നക്ഷത്രമദ്ധ്യേ രാകസുധാകരനെപ്പോലെ എഴുന്നേറ്റ് നിന്ന് ചെയ്ത പ്രസംഗത്തിന്റെ സ്നിഗ്ധഗംഭീരധ്വനി അന്നൊരു വിദ്യാർത്ഥി യായിരുന്ന കക്ഷത്തിൽ പുസ്തകവുമേന്തി നിന്ന് ശ്രദ്ധിച്ചിരുന്ന എന്റെ കർണ്ണ മൃദംഗങ്ങളിൽ ഇപ്പോഴും പ്രതിധ്വനിച്ചുകൊണ്ടിരിക്കുന്നതുപോലെ തന്നെ. പുരുഷ സൗന്ദര്യത്തിന്റെ പൂർണ്ണഭോഗമായിരുന്ന ആ മഹാനു ഭാവന്റെ കോമള വിഗ്രഹം അദ്ദേഹത്തിന്റെ അന്നത്തെ ഫുൾസൂട്ടും അന ന്തപത്മനാഭനെപ്പോലെ ഭുജത്തോളം നീട്ടിവെട്ടിയിരുന്ന മേചകവർണ്ണ ത്തിൽ തിളങ്ങുന്ന കേശത്തിന്റെ തിളക്കവും കുട്ടികൾ പറത്തുന്ന പട്ട ത്തിന്റെ വാലുപോലെ തലപ്പാവിന്റെ പിൻഭാഗത്തു തൂങ്ങിക്കിടന്നിരുന്ന വാലിന്റെ പാറലും എന്റെ ബാലഹൃദയത്തിൽ അന്ന് പതിഞ്ഞിരുന്നത് ഇപ്പോഴും അവിടെ പ്രതിബിംബിച്ചുകൊണ്ടിരിക്കുന്നുണ്ട്.

അദ്ദേഹത്തിന്റെ അന്നത്തെ പ്രസംഗം കൊല്ലത്തുകാരിലും അതിലും വിശേഷിച്ച് പറവൂരുകാരും മയ്യനാട്ടുകാരും ആയ ഈഴവരിലും ഉണ്ടാ ക്കിയ ഉണർവ്വ് ഉടൻ തന്നെ ഉറക്കത്തിൽ അവസാനിച്ചില്ല.

സി വി കുഞ്ഞിരാമന്റെ തെരഞ്ഞെടുത്ത കൃതികൾ
സമ്പാദകൻ – പുതുപ്പള്ളി രാഘവൻ

അനുബന്ധം

മലയാളി മെമ്മോറിയന്റെ പൂർണ്ണരൂപം
ഇത് മലയാളത്തിലേക്ക് വിവർത്തനം
ചെയ്തത് സി വി രാമൻപിള്ളയാണ്

വലിയതമ്പുരാൻ തിരുമുമ്പാകെ തിരുമനസ്സറിയിക്കുന്നതിനു

താഴെ കയ്യൊപ്പിട്ടിരിക്കുന്ന പ്രജകൾ ഭക്തിപൂർവ്വം കൈക്കൊണ്ടാപ്പാട ചെയ്യറിയിക്കുന്ന സങ്കടം,

തിരുമനസ്സിലെ പ്രജകളിൽ പ്രധാന അംശങ്ങളായു ഞങ്ങളെ ബാധിച്ചിരിക്കുന്നതും ആ സമുദായങ്ങളിൽ ചേന്നവരായ അടിയങ്ങളും തിരുമനസ്സറിയിച്ചുകൊള്ളുന്നതും ആയ സങ്കടം അടിയങ്ങളുടെ രക്ഷക്കായി എപ്പെടുത്തപ്പെട്ടിട്ടുള്ള ഓരോ ഡിപ്പാട്ടൊണ്ടുകളിൽ തൂകന്നെടുത്തേതും അടിയങ്ങളെ അടിയങ്ങളുടെ അഭ്യന്തക്കുനുകൂലമായി നിയമിക്കാതിരിക്കുന്നതും ടി. ഡിപ്പാട്ടമെ ണ്ടുകളിൽ ഉന്നതസ്ഥാനങ്ങളിൽനിന്ന അടിയങ്ങളെ കഴിയുന്നതും ഒഴിച്ചുവരുന്നതും ആകുന്നു.

തിരുമനസ്സിലെ ഗവമ്മേണ്ടിൽ നിന്ന ഒടുവിൽ പ്രസിദ്ധം ചെയ്യിട്ടുള്ളതുമായ ജനസംഖ്യ റിപ്പോട്ടിൻ പ്രകാരം തിരുവിതാംകൂർ സംസ്ഥാനത്തു ആകെ 24,01158 ജനങ്ങൾ ഉള്ളതും ഇതിൽ 17,55,610 ഹൈന്ദുക്കൾ, ഹിന്ദുക്കളും, 498542, ക്രൃസ്ത്യാനികളും, 146,009 മഹമ്മദീയന്മാരും, 97 ക്രൂതന്മാ രും കൂടന്നു.

തിരുമനസ്സിലെ പ്രജകളല്ലാത്തവരായ യൂറോപ്യന്മാരെയും വിദ്യാഭ്യാസവിഷയത്തിൽ ഉ പജീവനന്മാരായ മഹമ്മദീയന്മാരെയും ജനസംഖ്യയിൽ വളരെ ചുരുങ്ങിയവരായ ക്രൂതന്മാരെ യും നീക്കി ഈ സംസ്ഥാനത്തുള്ള ജനങ്ങളെ അടിയങ്ങൾ താഴെ വിവരിക്കുന്ന സമുദായങ്ങളാ യി വിഭാഗിച്ചുകൊള്ളുന്നു.

1, പൂവ്വശിഖ ഉള്ളവരും മത്രമത്തായും മാത്രമൊ മത്രമക്തതായും മക്ത്രായവും ഈരും കൂടിയൊ അനുസരിച്ചു പ്രൊത്തന്നവരും ഉള്ള മലയാള ഹിന്ദുക്കൾ, സംഖ്യ 14,30,835. അതാ യത ജനസംഖ്യയിൽ നൂറിൽ 59 ചില്ലുപാനം അംശം. ഈ സമുദായത്തിൽ പ്രധാന അംശങ്ങൾ (എ) മലയാള ശൂദ്ര (404,239), (ബി) നാഞ്ചനാട ശൂദ്ര (20,003), (സി) തീയൻ (387,170).

2, പരദേശ ഹിന്ദുക്കൾ, ഇതിൽ അന്യദേശത്തിൽ നിന്നവന്ന കടിവൊപ്പായിട്ടുള്ള എല്ലാ ആളുകളും ഉൾപ്പട്ടിട്ടുള്ളതാകുന്നു; സംഖ്യ 318,775, അപ്പെയിൽ ജനസംഖ്യയിൽ നൂറിൽ 13 ൽ ചില്ലുപാനം അംശം; ഇതിൽ പ്രധാന അംശങ്ങൾ പരദേശ ബ്രാഹ്മണർ (25,234), വെള്ളാളർ (21,100), പാണ്ടി ശൂദ്ര (4,454) മുതലായവരാകുന്നു.

3, ക്രിസ്ത്യാനികൾ, ഇതിൽ സുറിയാനികളും നാട്ട ക്രിസ്ത്യാനികളും ഈസ്റ്റിന്ത്യന്മാരും ഉൾപ്പെ ട്ടിട്ടുള്ളതാകുന്നു, സംഖ്യ, 498,542, അപ്പെയിൽ ജനസംഖ്യയിൽ നൂറിൽ 20-ൽ ചിരപ്പാനം അം ശം, ഇതിൽ 287,409 പേർ സുറിയാനികളും 153,815 കത്തോലിക്കമാര്ക്കും ആകുന്നു.

മേല്പറഞ്ഞ റിപ്പോട്ടിൻ പ്രകാരം ഈ സംസ്ഥാനത്ത ആകെപ്പടെ 10,167 സ്ക്കാർ ഉദ്യോ ഗം ഉള്ളതും 13000 ത്തോളം 1 രൂപമുതൽ 5 രൂപവരെ ശമ്പലമുള്ള ചില്ലറ ജീവനങ്ങളും ആകുന്നു. മേല്പറഞ്ഞ ആകെ ഉള്ള ഉദ്യോഗങ്ങളിൽ 11668 സ്ഥാനം മലയാളഹിന്ദുക്കളാൽ വഹിക്ക പ്പെടുന്ന; എന്നാൽ ഇതിൽ 10,000ത്തോളം പട്ടാളത്തിൽ ശിപായി, പൊല്ലീസ്സ ശിപായി, റവന്യു ശിപായി, പ്രവൃത്തിക്കാരു, ശേവസ്യം കണാക്ക, മുതലായ ചില്ലറ ഉദ്യോഗങ്ങളാകുന്നു. 3135 ഉ ദ്യോഗസ്ഥന്മാർ പരദേശ ഹിന്ദുക്കളും 1,023 ക്രിസ്ത്യാനികളും ഉണ്ടു; പരദേശഹിന്ദു ഉദ്യോഗസ്ഥ ന്മാരിൽ പകുതിയിൽ കുറയാതെ ഉള്ള 10 രൂപ ഉമ്മാലുള്ള ശമ്പളക്കാരും ക്രിസ്ത്യാനി ഉദ്യോഗസ്ഥ ന്മാരിൽ 4-ൽ 3 ഭാഗവും ഈ കൂവനക്കാരായ ആകുന്നു.

മേല്‍ കാണിച്ചിരിക്കുന്ന കണക്കിൽപ്രകാരം പരദേശഹിന്ദുക്കളിൽ പതിനായിരത്തിന്ന 79 പേരും ക്രിസ്ത്യാനികളിൽ 20 പേരും സ്ക്കാർ സ്‌വീനാൽ എന്നുകാണുന്നതായാൽ പരദേശ

ഹിന്ദുക്കളിൽ പതിനായിരത്തിൽ 99 പേർ സക്കാർ പണിയിൽ ഇരിക്കുന്നവരാകുന്നു. മേൽപറ ഞ്ഞ റിപ്പോട്ട് പരസ്യംചെയ്ത 10 വൻകാലത്തോളം കഴിഞ്ഞിരിക്കുന്നതും ഈ കാലത്തിനിടയിൽ അനേക ഉദ്യോഗങ്ങൾ മുടതലായി ഏപ്പെടുത്തപ്പെട്ടിട്ടുള്ളതും ഇപ്പോഴുള്ള ജീവനക്കാരുടെ സംഖ്യ അ റിയുന്നതിനു 10 രൂപയ്ക്കുമേൽ ശമ്പളം ഉള്ളവരുടെ ഒരു കണക്കു 1889 ലെ ഇംഗ്ലീഷ് പഞ്ചാംഗത്തോ ടുകൂടി ദിവാനജി അവർകൾ പരസ്യം ചെയ്തിട്ടുള്ളതു മാത്രമല്ലാതെ വേറെ യാതൊന്നും ഇല്ലാതി രിക്കുന്നതും ആകുന്നു. ഈ കണക്കിൽ പ്രകാരം ആകെ 10 രൂപമുതൽക്കു മേല്പെട്ട ശമ്പളം ഉള്ളതി ന് 3,786 ഉദ്യോഗസ്ഥർ ഉള്ളതും, ഇതിൽ 2,050 പേർ മലയാള ഹിന്ദുക്കളും, 1,444 പേർ പരദേശ ഹി ന്ദുക്കളും, 272 പേർ ക്രിസ്ത്യാനികളും ആകുന്നു. ഈ കണക്കിൻ പ്രകാരം ആകെയുള്ള ജനസംഖ്യ യിൽ ഉദ്യോഗസ്ഥരായി മലയാള ഹിന്ദുക്കളിൽ 10000 പേരിൽ 11 പേരും ക്രിസ്ത്യാനികളിൽ 10000 ൽ 40 പേരും ഉള്ളപ്പോൾ പരദേശ ഹിന്ദുക്കളിൽ 10000 ൽ 45 പേർ ഉള്ളതാകുന്നു. ഇതി നാൽ സക്കാർ സർവീസിൽ പരദേശ ഹിന്ദുക്കളുടെ ആധിക്യവും ഏതദ്ദേശിയതടെ കുറവും വിശ്വവുള്ളതിൽ ബോദ്ധ്യപ്പെടുന്നതാണ്. 2050 മലയാള ഹിന്ദു ഉദ്യോഗസ്ഥരിൽ 1575 പേർ മല യാള ശൂദ്രരും, 75 നാഞ്ചനാട ശൂദ്രരും, 1444 പരദേശഹിന്ദു ഉദ്യോഗസ്ഥന്മാർ ഉള്ളതിൽ 1000 പേ ർ ബ്രാഹ്മണരും 272 ക്രിസ്ത്യാനി ഉദ്യോഗസ്ഥരിൽ 76 പേർ സുറിയാനി സമുദായക്കാരും ആകു ന്നു. മേൽ വിവരിച്ചിട്ടുള്ളതിൽ അധികവും സ്വല്പശമ്പളത്തോട കൂടിയ ഉദ്യോഗങ്ങളാണ്. എ ല്ലാരാജ്യങ്ങളിലും ചില്ലറജീവനങ്ങൾക്കു അതാത നാട്ടുകാരെ തന്നെ നിയമിക്കുന്നതിനെ കഴിവ ണ്ടാകുന്നുള്ളൂ. എന്തുകൊണ്ടെന്നാൽ അവരവരുടെ ഭവനങ്ങൾ വിട്ട ദൂരദേശങ്ങളായ അന്യ സം സ്ഥാനങ്ങളിലേക്കു നിസ്സാരമായ ആദായത്തെ കരുതി സാധാരണയായി ആളുകൾ പുറപ്പെട ന്നതല്ല. സംഗതിയുടെ സ്ഥിതി ഈ വിധമായിരിക്കെ ഇവിടെ അന്യദേശിയന്മാരുടെ വീതത്തു ക മേൽപ്രകാരം അധികരിച്ചുകാണുന്ന അധികാരസ്ഥാനങ്ങൾ വഹിച്ചിട്ടുള്ളവരും വഹിക്കുന്ന വരും ആയ പാരദേശികന്മാരായ ഉദ്യോഗസ്ഥന്മാർ അവരവരുടെ സ്വാധീനത്തിലും സംബന്ധ ത്തിലും മറ്റുമുള്ള ആളുകളെ നിയമിച്ചുപോന്നിട്ടുള്ളതിനാലാകുന്നു. തിരുമനസ്സിലെ പ്രജ്ജപ്രജക ളായ ജനങ്ങളിൽ എത്രപേർ അധികശമ്പളം ഉള്ള ഉദ്യോഗങ്ങൾ വഹിക്കുന്ന എന്നുള്ളതിന്റെ ക ണക്കകല്പിച്ച ഇക്കണ്ണാക്കമ്പോൾ അടിയങ്ങൾ തിരുമനസ്സറിയിച്ചുകൊള്ളുന്ന സങ്കടം എത്രത്തോ ളം ശരിയായിട്ടുള്ളതെന്നു തിരുവുള്ളത്തിൽ വെളിവാകുന്നതാണ്. 50 രൂപമുതൽ ശമ്പളമുള്ള ഉ ദ്യോഗങ്ങൾ വലിയ ഉദ്യോഗങ്ങളായി സാധാരണ ഈ സംസ്ഥാനത്ത വിചാരിക്കപ്പെടാവുന്ന താണ്. ഇതിലും കൂടുതൽ ശമ്പളമുള്ള ഉദ്യോഗങ്ങളെമാത്രമേ വലിയ ഉദ്യോഗങ്ങളായി വിചാരിക്ക പ്പെടാവുന്നതാണെങ്കിൽ അടിയങ്ങൾ തിരുമനസ്സറിയിച്ചുകൊള്ളുന്ന സംഗതിക്കു കൂടുതൽബലം ഉണ്ടായിരിക്കുന്നതാണ്. 50 രൂപയ്ക്കുമേൽ ശമ്പളം ഉള്ളതായി ഈ സംസ്ഥാനത്ത ആകെ 279 ഉദ്യോഗങ്ങൾ ഉണ്ട. ഇതിൽ 33 ഉദ്യോഗ യൂറോപ്യന്മാരാൽ വഹിക്കപ്പെട്ടവന്നതനീക്കി 246 ഉള്ളതിൽ 61 മലയാള ഹിന്ദുക്കളാലും, 120 പരദേശ ഹിന്ദുക്കളാലും, 65 ക്രിസ്ത്യാനികളാലും വഹിക്ക പ്പെടുന്നു. താഴെ ചേൎത്തിരിക്കുന്ന പട്ടിക ഈ സംഗതിയെ വിശദമാക്കുന്നതാണ്.

ജാതി.	സംഖ്യ.	ഉദ്യോഗത്തിന്റെ ആകത്തുക.	ആകെയുള്ള ജനസംഖ്യയിൽ ഇത്ര അംശം എന്ന.
മലയാള ഹിന്ദുക്കൾ ...	1,436,835	61	23554 പേരിൽ ഒരാൾ.
പരദേശ ഹിന്ദുക്കൾ ...	318,775	120	2656 ,, ,,
ക്രിസ്ത്യാനികൾ ...	408,542	65	7069 ,, ,,

മേൽ ചേർത്തിരിക്കുന്ന പട്ടികയെ കുറച്ചുകൂടി സ്പഷ്ടമാക്കി അറിയിച്ചുകൊള്ളുന്നു.

ജാതി.		ജനസംഖ്യ.	വലിയ ഉദ്യോഗസ്ഥന്മാരുടെ സംഖ്യ.	വീതത്തുക.
മലയാള ശൂദ്രൻ	...	404239	56	8290 ൽ 1.
നാഞ്ചനാട്ട ശൂദ്രൻ	...	20000	5	4000 ,, 1.
തീയൻ	...	387176	0	387·176 ,, 0.
പരദേശ ബ്രാഹ്മണർ	...	25224	86	293 ,, 1.
ടി ശൂദ്രൻ	...	25503	34	751 ,, 1.
സുറിയാനികൾ	...	287400	16	17963 ,, 1.
മറ്റ് ക്രിസ്ത്യാനികൾ	...	211133	49	4308 ,, 1.

വലിയ ജൂദ്യോഗങ്ങളിൽ, ഉള്ള പരദേശ ബ്രാഹ്മണർക്ക ഒരാൾ വീതവും മലയാള ശൂദ്രരിൽ പാരദേശിക ബ്രാഹ്മണരുടെ സംഖ്യയിൽ 26 പങ്ക കൂടുതൽ സംഖ്യക്ക ഒരാളും സുറിയാനികളിൽ പരദേശ ബ്രാഹ്മണരുടെ സംഖ്യയിൽ 61 പങ്ക കൂടുതൽ തുകയ്ക്ക ഒരാളും ഉദ്യോഗം ഭരിച്ച വരുന്നതായി മേൽ രചേർത്തിരിക്കുന്ന പട്ടിക പ്രത്യക്ഷപ്പെടുത്തുന്നു. തീയരെ നിയമിക്കപ്പെടാവുന്ന ഉദ്യോഗങ്ങൾക്ക ഒഴുപ്പടും ഇല്ലാതിരിക്കെ ശേഷിയും സാമർത്ഥ്യവുമുള്ള വളരെ ജനങ്ങളുള്ള ഈ സമുദായത്തിൽ 5 രൂപക്ക കൂടതലായുള്ള ശമ്പളത്തിൽ ഒരാൾ പോലുമില്ല. എന്നാൽ മുചബാരിൽ സവദേശികളെ സ്ഥിതിചെയ്യാവുന്ന ഉന്നത സ്ഥാനങ്ങളിൽ വളരെ തീയർ ഉണ്ടെന്നുള്ളത സ്പഷ്ടമാണല്ലൊ. പരദേശബ്രാഹ്മണരുടെ അധികതപം താഴെ ചേർത്തിരിക്കുന്ന പട്ടികയാൽ വെളിപ്പെടുന്നതാണു.

	1000 രൂ. മേൽ 2000 രൂ. വരെ ശമ്പളമുള്ളവർ.	1000 രൂ.	700	600	500	400	300	200മുതൽ 300വരെ	150മുതൽ 200വരെ	100മുതൽ 150വരെ	150മുതൽ 100വരെ
മലയാള ഹിന്ദുക്കൾ ...	0	0	0	0	1	1	2	3	12	12	24
പരദേശബ്രാഹ്മണർ ...	2	1	1	1	2	2	2	5	8	20	30

പുരാതനകാലംതുടം മുതൽക്കെ ഈ നാട്ടിൽ തന്നെ വാഴ്ത്ത തിരുമനസ്സിലെ പ്രജകളിൽ ഒരു പ്രധാനാംശമായിരിക്കുന്ന സുറിയാനികളുടെ ഇടയിൽ നിന്ന ഏകദേശം 16 പേർക്കമാത്രം 50 രൂപ മുതൽ മേല്പോട്ടശമ്പളം ഉള്ളതും ഇതിൽ 200 രൂപക്ക മേൽ ശമ്പളം ഉള്ളതായി 300 രൂപയ്ക്കിൽ മാത്രം ഒരാൾ ഉള്ളതും ആകുന്നു. മേൽവിവരിച്ച ശമ്പളങ്ങളുടെ സ്ഥിതി ആലോചിക്കുമ്പോൾ ഒരുക്ക വീതിച്ചാൽ അഞ്ചുകൊണ്ടാത്രം ഈ നാട്ടിലുള്ള ഒരോപരദേശബ്രാഹ്മണന 61 രൂ. വീതം ഉള്ളതായിരിക്കെ മലയാളശൂദ്രന 4½-ം ക്രിസ്ത്യാനികൾക്ക 5-ം ചക്രം വീതംമാത്രം ഉള്ളതായി കാണുന്നുള്ള. അടിയങ്ങളുടെ സ്ഥിതിക്ക ഒരു വിധമുള്ള ഏതൊരു എത്ര ദോഷകരമാണെന്നുള്ള അടിയങ്ങൾ അറിയിക്കേണ്ടതില്ല.

ഇനി ഓരോ ഡിപ്പാർട്ടുമെണ്ടുകളുടെ സ്ഥിതി പ്രത്യേകിച്ചു തിരുമനസ്സറിയിച്ചു കൊള്ളുന്നു.

ഹജൂർ കച്ചേരിയിൽ 21 പ്രധാന ഉദ്യോഗം ഉള്ളതിൽ 5 പേർ മലയാള ശൂദ്രരും, 3, ക്രിസ്ത്യാനികളും 8 പരദേശബ്രാഹ്മണരും ആണു. ഇവരിൽ മലയാള ശൂദ്രന് കൂടുതൽ ശമ്പളം 300-ം ക്രിസ്ത്യാനിക്ക 700-ം പരദേശബ്രാഹ്മണന 2000 രൂപയും ആണു.

റവന്യൂ ഡിപ്പാർട്ടുമെണ്ടിൽ 37 പ്രധാന ഉദ്യോഗം ഉള്ളതിൽ 14 പേർ മലയാളശൂദ്രരും, 3 ക്രിസ്ത്യാനികളും 14 പരദേശബ്രാഹ്മണരും ആണു. ഇവരിൽ മലയാളശൂദ്രന് കൂടുതൽ ശമ്പളം 200രൂപയ്ക്കുമേൽ 300 നകവും ക്രിസ്ത്യാനിക്ക 50 തിന്നു മേൽ 100 നകവും പരദേശബ്രാഹ്മണന 600-ംമേൽ 700 നകവും ആകുന്നു. 600 മുതൽ 700 വരെ ശമ്പളമുള്ളവരായ പെരുക്കാരന്മാർ 4-പേരിൽ 3 പേർ പരദേശബ്രാഹ്മണരും ഒരാൾ പരദേശശൂദ്രനും ആകുന്നു; ഈ സംസ്ഥാനത്തെ 33 തഹശീൽദാരന്മാരുള്ളതിൽ 13 പേർ മലയാള ഹിന്തുക്കളും 14 പരദേശ ബ്രാഹ്മണരും ആണു; എന്നാൽ 2 [illegible]ൽദാരന്മാരുള്ളതിൽ 5 പേർ മലയാള ഹിന്തുക്കളും ഒരാൾ ക്രിസ്ത്യാനിയും കൊച്ചി സംസ്ഥാനത്തെ 8 തഹശീൽദാരന്മാരുള്ളതിൽ 7 പേർ നായന്മാരും ആകുന്നു.

ജൂഡീഷ്യൽ ഡിപ്പാർട്ടുമെണ്ടിൽ 4 ഹൈക്കോട്ട് ജഡ്ജിമാരും പരദേശീയന്മാരാണു. ഈ ഡിപ്പാർട്ടുമെണ്ടിൽ ആകെ 40 പ്രധാന ഉദ്യോഗം ഉള്ളതിൽ 10 പേർ മലയാളശൂദ്രരം 3 നാഞ്ചിനാട്ടുശൂദ്രരും 9 ക്രിസ്ത്യാനികളും 17 പരദേശബ്രാഹ്മണരും ആണു. ഇതിൽ പരദേശ ബ്രാഹ്മണന കൂടുതൽ ശമ്പളം 1200-ം മലയാള ശൂദ്രന 500-ം നാട്ടുക്രിസ്ത്യാനിക്ക 200-ം രൂപ യാണു. 17 സബ്ബ മജിസ്ട്രേട്ടുന്മാരിൽ 3 പേർ മലയാളികളും 6 പേർ ക്രിസ്ത്യാനികളും മാത്രം ആണു. രജിസ്ട്രേഷൻ ഡിപ്പാർട്ടുമെണ്ടിൽ 50 രൂപയിൽ കൂടുതൽ ശമ്പളമുള്ള 11 ഉദ്യോഗം ഉള്ളതിൽ 50 തിന്നുമേൽ 100 വരെശമ്പളം ഉള്ളതിൽ 3 മലയാളികളും 7 പരദേശബ്രാഹ്മണരും ഉണ്ടു. ക്രിസ്ത്യാനി ഒന്നും ഇല്ല. 300 രൂപക്ക മേൽ 400 നകവും 100 നുമേൽ 150 നകവുംശമ്പളമുള്ളപ്രധാനികം രണ്ടുപേരും പരദേശബ്രാഹ്മണരാണു. മലബാറിൽ മജിസ്ട്രേട്ട, രജിസ്ട്രർ, മുതലായ ജീവനക്കാർ അധികം ആ ദേശക്കാരാണു. കണ്ടെഴുത്ത ഡിപ്പാർട്ടുമെണ്ടിൽ 100 രൂപക്കമേൽ 150 നകം ശമ്പളമായി ഒരു മലയാളിയും 50.നുമേൽ 100 നകം രണ്ടുമലയാളിയും ഉണ്ടു; എന്നാൽ പാരദേശികബ്രാഹ്മണർ 7 പേർ ഉണ്ടു. ഇവരിൽ ഒരു ഉദ്യോഗസ്ഥന 1000 രൂപയും ഒരാൾക്ക 200 നുമേൽ 300 നകവും ശമ്പളം ഉണ്ടു. രജിസ്ട്രേഷൻ, കണ്ടെഴുത്ത, റവന്യൂ ഡിപ്പാർട്ടുമെണ്ട ഈ സ്ഥലങ്ങളിൽ ക്രിസ്ത്യാനികളെ വലിയ ഉദ്യോഗങ്ങളിൽ ആക്കിയിട്ടില്ല.

മേൽ തിരുമനസ്സറിയിച്ചിരിക്കുന്ന സംഗതികളാൽ തിരുവിതാംകൂർ സർക്കാർ ജീവനങ്ങളിൽ പരദേശ ബ്രാഹ്മണരുടെ വീതത്തെക്ക നാട്ടുകാരായ നായന്മാർ ക്രിസ്ത്യാനികൾ മുതലായവരെക്കാൾ വളരെഅധികരിച്ചിരിക്കുന്നതായി പ്രത്യക്ഷപ്പെടുന്നതാകുന്നു. ഈ അവസ്ഥ മലബാറും തിരുവിതാംകൂറും കൂടിഒത്തു നോക്കുന്നവിഷയത്തിൽ കുറച്ചുകൂടി സ്പഷ്ടമാകുന്നതാണു. ഈ രണ്ടുദേശങ്ങളും ഉള്ളവ ജനസംഖ്യ ഈ വിഷയങ്ങളിൽ ഏകദേശം തുല്യസ്ഥിതിയാണു. രണ്ടുദേശങ്ങളിലും ഉള്ള ജനങ്ങളുടെ ജാതിമതാചാരം മുതലായവ മിക്കവാറും സാമ്യമുള്ളതുന്നു. വിദ്യാഭ്യാസസ്ഥിതിയിലും ഏറ്റക്കുറ്റാസം ഇല്ല. വിശേഷിച്ചു വ്യത്യാസം വല്ലതും ഉണ്ടെങ്കിൽ.മലബാർ ദ്വിത്യ നമ്മുടെ ദേശക്കാരായ ഇംഗ്ലീഷുകാരുടെ അധീനത്തിൽ 80 പിൽവാനം കൊല്ലമായി ഇരിക്കുന്നതും തിരുവിതാംകൂർ അതിന്റെ പുരാതനമായുള്ള നാട്ടുരാജ്യാധികാരികളുടെ സംരക്ഷണയിൽ തന്നെ ഇരുന്നവതിന്നും ആകുന്നു. ദേശ്യാന്തരസാമ്യത താഴെ ചേർക്കുന്ന പട്ടികകൊണ്ട അറിയാവുന്നതാണു.

വിവരം.	തിരുവിതാംകൂർ.	മലബാർ.
ഉള്ള ഉമ്പ.	6730 ചതുരശ്രനാഴിക.	5765 ചതുരശ്രനാഴിക.
ഐകെ ജനസംഖ്യ ...	2401158	2365035
ഹിന്തുക്കളുടെ സംഖ്യ ...	1755610	1669271
ക്രിസ്ത്യാനികളുടെ സംഖ്യ ...	498542	43106
ബ്രാഹ്മണരുടെ സംഖ്യ ...	37138	47683
നായന്മാരുടെയും തീയരുടെയും സംഖ്യ ...	871415	620400
മലയാള ഹിന്തു ബി-എ. കളുടെ സംഖ്യ	50	57
ജനസംഖ്യയിൽ വിദ്ധ്യാർത്ഥികളുടെ വീതത്തുക ...	46 ൽ-1.	49 ൽ-1.

തിരുവിതാംകൂറിലുള്ള ക്രിസ്ത്യാനികളുടെ സംഖ്യ മലബാറിലെക്കാൾ 12 വീതം കൂടുതലായി രിക്കുന്നതിനാൽ അവരുടെ സ്ഥിതിയെ സംബന്ധിച്ചെടത്തോളം രണ്ടുസംസ്ഥാനങ്ങളിലും ഉള്ള ഏപ്പാടുകളുടെ ന്യൂന്യാസങ്ങളെപ്പറ്റി വല്ലതും പ്രസ്ഥാവിക്കുന്നത അത്ര ശരിയായിരിക്കയല്ല. എന്നാൽ മലബാറിലുള്ള മ്യൂതഞ്ചിയ സമുദായക്കാരായ ക്രിസ്ത്യാനികൾക്ക തിരുവിതാംകൂറിലെക്കാൾ കൂടുതലായ രക്ഷ ഉദ്യോഗവിഷയത്തിൽ ഉണ്ടായിട്ടുണ്ട. ഈം ഭേദം ഉണ്ടായിട്ടുള്ളത ആ സംസ്ഥാനം ക്രിസ്ത്യാനി ഗവമ്മേണ്ടിന്റെ സംരക്ഷണയിൽ ഇരിക്കുന്നയും തിരുവിതാംകൂറി ലെ മതസംബന്ധമായ ഏപ്പാടുകളാൽ ക്രിസ്ത്യാനികളെ ചില ഉദ്യോഗങ്ങളിൽ നിയമിക്കാൻനിവൃത്തി യില്ലാതെ ഇരന്നിട്ടുള്ളതും കൊണ്ടായിരിക്കാം. എന്നാൽ ഈ സംസ്ഥാനത്ത അനേക ഡിപ്പാട്ട് മെണ്ടുകളിൽ ഈ ഒരു ധാരാളം നിയമിക്കാവുന്നതുണ്ട. ഈ വിധിതിയിൽ ഈ സമുദായക്കാരുടെ സംഖ്യ സക്കാർ സർവീസിൽ ഏററവും കുറഞ്ഞിരിക്കുന്നത നാട്ടുകാരായ അവരുടെ അഭിവൃദ്ധി യിൽ അത്ര ഉഷ്ടിവെക്കാത്തതിനാലാണെന്ന തന്നെ തിരുമനസ്സറിയിയ്ക്കേണ്ടിയിരിക്കുന്നു. മല ബാറിലും തിരുവിതാംകൂറിലും ഉള്ള നായന്മാരുടെയും തീയരുടെയും സംഖ്യ ഏകദേശം തുല്യം തന്നെ. അതിനാൽ ഇവരുടെ സ്ഥിതിയുടെ സാദ്യശ്യം നോക്കുന്നത അബദ്ധമാകുന്നതല്ല. ഈ രണ്ട സംസ്ഥാനത്തും സാരമായ ഡിപ്പാട്ടെണ്ടുകൾ റവന്യൂ ജൂഡിഷ്യൽ ഇത്തുകളാണ. ഈ ഡിപ്പാട്ട് മെണ്ടുമളിൽ മലയാളികൾ ഒ രണ്ട സംസ്ഥാനത്തും ആക്കിട്ടുള്ളതിൻെറ കണക്ക താഴെ ചേക്കുന്നു.

ഏ.

റവന്യൂ മജിസ്ട്രേട്ട.

മലബാർ.			തിരുവിതാംകൂർ.		
ഉദ്യോഗങ്ങൾ.	ഉദ്യോഗങ്ങളുടെ എണ്ണം.	മലയാളികൾ വഹിക്കുന്നതിൻെറ എണ്ണം.	ഉദ്യോഗങ്ങൾ.	ഉദ്യോഗങ്ങളുടെ എണ്ണം.	മലയാളികൾ വഹിക്കുന്നതിൻെറ എണ്ണം.
കലക്ടർ ...	1	,,	ദിവാൻ ...	1	,,
സബ്ബ കലക്ടർ ...	1	,,	ദിവാൻ പേഷ്ക്കാർ ...	4	,,
ഹെഡ അ. കലക്ടർ ...	1	,,	അ. പേഷ്ക്കാർ ...	4	1
സ്പെഷ്യൽ അ. കലക്ടർ	1	,,	ഡിപ്യൂട്ടി പേഷ്ക്കാർ ...	2	2
ഡിപ്യൂട്ടി കലക്ടർ * ...	5	3 *	തഫസീൽദാർ ...	32	11
തഫസീൽദാർ ...	9	5	സബ്ബ മജിസ്ട്രേട്ട ...	17	3
സബ്ബ മജിസ്ട്രേട്ട ...	13	10			

* 2 പേർ തമിഴ ഡിസ്ട്രിക്ടിൽ വേലനോക്കുന്നു.

ജൂഡിഷ്യൽ.

മലബാർ.			തിരുവിതാംകൂർ.		
ഉദ്യോഗം.	എണ്ണം	മലയാളികൾ വഹിക്കുന്നതിൻെറ എണ്ണം.	ഉദ്യോഗം.	എണ്ണം.	മലയാളികൾ വഹിക്കുന്നതിൻെറ എണ്ണം.
ഡിസ്ട്രിക്ടുജഡ്ജി ...	2	"	ഹൈക്കോട്ടുജഡ്ജി ...	4	"
സബ്ജഡ്ജി * ...	3	3*	ജില്ലാ ജഡ്ജി ...	7	2
മുൻസീഫ ...	18	9	മുൻസിഫ ...	19	7

* 1 താഴെ ഡിസ്ട്രിക്ടിൽ വേലനോക്കുന്നു.

മലബാറിൽ റവന്യൂ മജിസ്റ്റീരിയൽ ഈ ഡിപ്പാർട്ടുമെണ്ടുകളിൽ 31-ം ജൂഡിഷ്യൽ ഡിപ്പാർട്ടുമെണ്ടിൽ 23-ം പ്രധാന ഉദ്യോഗങ്ങളും ഉണ്ടു. ഇതിൽ 6 ഉദ്യോഗത്തിന സിവിൽ സർവീസിൽ ചേർന്നവരെ മാത്രമെ നിയമിക്കാൻ പാടുള്ളൂ. ഈ ആറും നീക്കി റവന്യൂ ഡിപ്പാർട്ടുമെണ്ടിൽ 27 ജൂഡിഷ്യൽ ഡിപ്പാർട്ടുമെണ്ടിൽ 21 ഉദ്യോഗങ്ങളും ഉണ്ടു. ഇവകളിൽ റവന്യൂ ഡിപ്പാർട്ടുമെണ്ടിൽ 18 ജൂഡിഷ്യാലിൽ 12 ഉദ്യോഗങ്ങളിലേക്കു മലയാളികളെ നിയമിച്ചിട്ടുണ്ടു. തിരുവിതാംകൂറിൽ ഹൈക്കോട്ടിൽ ഒരു ജഡ്ജി വേല ഒഴികെ ശേഷം ഒന്നിലും ഇന്ന ആളുകളെതന്നെ നിയമിക്കണമെന്ന നിബന്ധന ഇല്ലാ. എങ്കിലും റവന്യൂ ഡിപ്പാർട്ടുമെണ്ടിൽ 60 ജൂഡിഷ്യൽ ഡിപ്പാർട്ടുമെണ്ടിൽ 30 പ്രധാന ജീവനങ്ങളും ഉള്ളതിൽ 17-ം 9-ം വീതം മാത്രമെ മലയാളികൾക്കു ലഭിച്ചിരിക്കുന്നുള്ളു. തിരുവിതാംകൂർ സ്വസ്ഥാനം തദ്ദേശക്കാരെ പൂർവ്വകാലങ്ങൾ മുതൽ രക്ഷിച്ച പോന്നിട്ടുള്ള രാജകുടുംബത്തിൻെറ രക്ഷയിൽകീഴെതന്നെ ഇരുന്ന പോന്നിട്ടും ഒരു വിധം സംഭവിച്ചിരിക്കുന്നത കല്പിച്ച ആലോചിക്കുമ്പോൾ തിരുവുള്ളത്തിൽ ആശ്ചര്യവും അനുകമ്പയും നിസ്സംശയമായി ഉണ്ടാകുന്നതാണു. തിരുവിതാംകൂരിൽ ദിവാൻജി ആകട്ടെ ഒരുപെണ്ണാരെങ്കിലുമാകട്ടെ മലയാള ശൂദ്രരിലില്ലാ. ഹൈക്കോട്ട ജഡ്ജിമാരിൽ ഒരാളെങ്കിലും ഈ നാട്ടിൽ ജനിച്ചവരല്ലെന്ന ക്രമംപോലും ഇല്ലാത്തതും ആകുന്നു. വിദ്യാവിഷയത്തിൽ തിരുവിതാംകൂർ മലബാറിനെപ്പോലെ ഇന്ത്യയശസ്സ സമ്പാദിച്ചിട്ടുണ്ടു. പ്രാഥമിക വിദ്യാഭ്യാസത്തിലും സ്ത്രീ വിദ്യാഭ്യാസത്തിലും തിരുവിതാംകൂർ മലബാറിനെ മുമ്പിട്ടാണു നില്ക്കുന്നത. ഉൽകൃഷ്ടമൊക്കിയ വിദ്യാഭ്യാസത്തിൽ ഒട്ടും പിന്നാക്കമല്ലെന്ന തിരുവുള്ളത്തിൽ തന്നെ അറിവുണ്ട. എന്നിട്ടും സ്വന്തരാജവംശത്തിൻെറയും ഗവമെണ്ടിൻെറയും സംരക്ഷണയിൽ തന്നെ ഇരുന്നപോന്നിട്ടുള്ള തിരുവിതാംകൂർ മലയാളികളുടെ ഡിഗ്രി അയ്യോഗ്യതമൂലക്കാരായ ഗവമെണ്ട കിഴടങ്ങിയ മലബാറിൽ ഉള്ള തങ്ങളുടെ സഹോദരിക്കാരുടെ സ്ഥിതിയെക്കാൾ ഏറ്റവും നികൃഷ്ടമായിട്ടാണ ഇരിക്കുന്നത. ഈനിലക്ഷത എത്രത്തോളം ന്യൂസനകരമായിട്ടുള്ളതെന്ന കച്ചകാലങ്ങൾക്കുമുമ്പുവരെ ഈ നാട്ടിലെ പ്രധാന ഉദ്യോഗസ്ഥന്മാർ മിക്കവാറും അവർതന്നെ ആയിരുന്നു എന്നുള്ള കല്പിച്ച ആലോചിക്കുമ്പോൾ ബോദ്ധ്യപ്പെടുന്നതാണ. രാജ്യഭരണതന്ത്ര നിപുണതയിലും രാജഭക്തിയിലും വിശ്രുതന്മാരായ അനേകമലയാളികളായ മന്ത്രിമാർ ഇടച്ചുവായി തിരുമനസ്സിലെ പൂർവ്വികന്മാരായ തിരുമേനികളെ സേവിച്ചിരുന്നതായി ചരിത്രം ഘോഷിക്കുന്നു. പ്രധാന മന്ത്രിസ്ഥാനമെന്നല്ല അരിനക്ഷിചായുള്ള ഉദ്യോഗങ്ങളിലേക്ക അവരെതന്നെയാണ നിയമിച്ചുപോന്നിരുന്നത. എന്നാൽ ഇപ്പോൾ ജനസ്ഥിതി ഒക്കപ്പാടെ മാറി

റിഞ്ഞാണ് കാണപ്പെടുന്നത്. ഇതിലേക്ക കാരണമായി വിദ്യാഭ്യാസ വിഷയത്തിൽ ജനങ്ങൾ വിമുഖതകാണിക്കുന്നു എന്നപറഞ്ഞതള്ളുന്നതല്ലെന്ന ഡയറക്ടരവർകളുടെ ആണ്ടുതോറുള്ള റിപ്പോട്ടുകളാലും യൂണിവേഴ്സിറ്റി പരീക്ഷകളിൽ വിജയികളാകുന്നവരുടെ സംഖ്യയാലും മറ്റും അറിയാവുന്നതാണ്. കാലാന്തരൂപമായ വിദ്യാ അടിയങ്ങളുടെ സമുദായക്കാർ സമ്പാദിച്ചിരുന്നിട്ടും പൂർവ്വസ്ഥിതിപോലെ ഉദ്യോഗങ്ങൾ അവർക്ക കിട്ടുന്നില്ലെന്ന മാത്രമല്ല അതിന്ന ഒരു ഏക ദേശതുല്യിച്ചും വരുന്നില്ല. ഇതിനകാരണം സ്പഷ്ടമാണ്. നാണുപിള്ള ദിവാനിജി അവർകളുടെ കാലംവരെ ഏകദേശം 55 കൊല്ലംവരെ പരദേശബ്രാഹ്മണർ തുടച്ചയായി ദിവാനിജിമാരായിരുന്നു. അവർ ക്രമേണ അവരുടെ സംബന്ധികളെയും ബന്ധുക്കളെയും പ്രധാനഉദ്യോഗങ്ങളിലാക്കി മലയാളികളെ കഴിയുന്നെടത്തോളം ഒഴിച്ചുവെക്കുകയും ഉന്നോട്ടവരാതെ ആക്കുകയും ചെയ്തു. ദിവാനിജി ഉദ്യോഗത്തിന്ന അടുത്തപടിയായ പെൻഷാരുദ്യോഗത്തിൽനിന്ന മലയാളി കളെ ആകപ്പാടെ ഒഴിക്കുയും ആ വഴിക്കുള്ള ഉദ്യോഗങ്ങളിൽ കഴിയുന്നതും അവരെന്നിയമിക്കാതെ യും ഇരുന്നിട്ടുള്ളതതന്നെയാണ്. ഇതിലേക്ക മുഖ്യതെളിവ 1860ാമാണ്ട രണ്ട പെൻഷാരുമാത ണ്ടായിരുന്നവർ രണ്ടും നായന്മാരായിരുന്നു. 1867 ൽ 4 പെൻഷാരുമാത്രണ്ടായിരുന്നതിൽ 3 പെ രൂം 1872ൽ 3 പെരിൽ 2-ഉം 1874 മുതൽ 1877 വരെ 4 പെരിൽ 2-ഉം 1878ാമാണ്ടിൽ. 3-ഉം മലയാളിക ളായിരുന്നു. 1879 മുതൽ 1892 വരെ 4 പെരിൽ ഒരാളും മലയാളി അല്ലായിരുന്നു. 1885-ൽ ഒരുപെ ൻഷാർ മലയാളി ആയിരുന്നു. ഇപ്പോൾ ഒരു പെൻഷാരും മലയാളി അല്ല. ഈ വിധം വന്നുതീരി ന്ന സംഗതിയായ ഏപ്പാട ഇപ്പോഴും അനുകരിച്ച വരുന്നു എന്ന അടിയങ്ങൾക്ക തിരുമനസ്സറി യിക്കാതെ ഇരിക്കാൻ നിവൃത്തിയില്ല. പ്രധാന ഇറയായ ഹജൂരിൽ പ്രാപ്തിയും ഏപ്പാടുകം പ്രകാരംവേണ്ടി പഠിപ്പും ഉള്ള മലയാളികളെ ആക്കാതിരിക്കുകയും അന്യദേശീയന്മാരായി വലി യ ഉദ്യോഗങ്ങളിൽ ഇരിക്കുന്ന ആളുകളുടെ സംബന്ധക്കാരെയും സ്വാധീനക്കാരെയും വേണ്ട പോലെ ഓരോ സ്ഥാനങ്ങളിൽ ആക്കിച്ചെയ്യുകയും കയററം കൊടുക്കുകയും ചെയ്യുന്നു. എത്രത്തോ ളം പാരദേശികന്മാർ ഇവിടെവന്ന ഉദ്യോഗങ്ങളിൽനിറയുന്നുവൊ അത്രത്തോളം തിരുമനസ്സിലെ സ്വന്തപ്രജകളുടെ ഉപജീവനം കുറയുന്നുവെന്നുള്ളത അടിയങ്ങൾ അറിയിക്കേണ്ടതിനില്ലല്ലൊ. നാ ട്ടുകാരായ ബി.എ. കൾടെടൽ അന്യദേശീയ സമുദായക്കാരായ ബി. എ. കൾടെടൽ ഉള്ളതപോ ലെ ഒരു പ്രതിവത്തി ഉള്ളതായി അനുഭവത്തിൽ കാണുന്നില്ല. ദിവാനിജി അവർകൾ നിയമിച്ചി ട്ടുള്ള മലയാളശൂദ്ര ബി. എ. കൾ മിക്കയും പുള്ളിച്ചടങ്ങളിലാണ്. 50 മലയാളികളായ ബി. എ. കൾ ഉള്ളതിൽ 18 പേർ സ്ക്കാർ ജീവനം കൂടാതെ ഇരിക്കുന്നു. 35 സുറിയാനി ബി. എ. കളിൽ 20 പേ ർക്ക തിരുവിതാംകൂരിൽ ഉദ്യോഗം ലഭിച്ചിട്ടുള്ള. പരദേശബ്രാഹ്മണരിൽ 32 ബീ. എ. സർവീ സിൽ ഉണ്ടെ. മിക്കവാറും റവന്യു, ജൂഡിഷ്യൽ ഡിപ്പാട്ട്മെണ്ടുകളിലാണ്. ഇവരിൽ സ്ക്കാർ ജീ വനം കൂടാതെ ഇരിക്കുന്നവർ വളരെ കുറവാണ്. ബി. എ. മുതലായ പരീക്ഷ ജയിക്കുന്നഎ ല്ലാ തിരുവിതാംകൂർകാരേയും സ്ക്കാർപണിയിൽ ആക്കേണമെന്ന അടിയങ്ങൾ അറിയിക്ക ന്നില്ല. എന്നാൽ പാരദേശികന്മാരെക്കാൾ ൹ം സംസ്ഥാനത്ത കൂടുതൽ അവകാശം ഇവർ നെയുള്ള കാര്യങ്ങളിൽ തിരുമനസ്സിലെ പ്രജകളും നാട്ടിലെ വസ്തു ഉടമസ്ഥന്മാരും പൂർവ്വകാലം മുതൽ തിരുമനസ്സിലെ രാജകുടുംബത്തെ ആശ്രയിച്ച വന്നവരും, ഊട്ടുപുര മുതലായ ധർമ്മ ങ്ങളിൽ യാതൊരു ഓഹരിയും ഇല്ലാതെ സ്വന്തമുതൽ ചിലവചെയ്തന്നെ കഷ്ടപ്പെട്ട പഠിക്കു ന്നവരും അന്യസംസ്ഥാനങ്ങളിൽ യാതൊരുസഹായവും ആശ്രയവും ഇല്ലാത്തവരുമായമലയ ഉള്ളൂർ, സുറിയാനി കൃസ്ത്യാനി മുതലായവക്കല്ലെയൊ എന്നുള്ളഭാഗം കല്പിച്ച കൃപയോട രിന്ദ്ര വുള്ളത്തിൽ ആലോചിച്ച സങ്കടം തീർപ്പാറാകണം. ൹ം ആളുകൾ മിക്കവാറും കൃഷിക്കാത്തം, ഓരോസംഗതിവശാൽ ക്രമേണ അധികം ദാരിദ്ര്യാധീനന്മാരായി വരുന്നതുകൊണ്ട അവത ൹ ക്ഷയത്തിന്റ കാരണങ്ങളായ സംഗതികം സകലതിനെയും കല്പിച്ചനീക്കി രക്ഷിക്കേണ്ട താന്നു. അടിയങ്ങൾ വ്യാപാരാദികാലഘോഷ മാർഗ്ഗങ്ങളിൽ അടിയങ്ങളുടെ സ്ഥിതി വിശേ

ഞങ്ങളാൽ പ്രവേശിക്കാതെ ഇരുന്നിട്ടുള്ളതിനാൽ കാലക്ഷേപത്തിനായി എളുപ്പമായ മാർഗ്ഗ ദർശിച്ചു അന്യദേശങ്ങളിൽ ഉദ്യോഗങ്ങൾ അന്വേഷിച്ചതിൽ വൈഷമ്യങ്ങൾ നേരിടുന്നു. ഹൈദരാബാദിൽ, ഒരാൾ ഒരു ഉദ്യോഗത്തിന വേണ്ടയോഗ്യതയോടും സർട്ടിഫിക്കറ്റുകളോടു കൂടി അപേക്ഷിച്ചതിൽ അന്യസംസ്ഥാനക്കാരനാകയാൽ നിയമിക്കുന്നതിന ഇടയില്ലെന്ന അയ ...ക്ക ഇണ്ടോസ്സുകിട്ടി. മറൊരാൾ ബ്രിട്ടീഷുഗവർമ്മെണ്ടിൽ ഒരു ഉദ്യോഗത്തിനപേക്ഷിച്ചപ്പോൾ മഹാരാജ്ഞി അവർകളുടെ പ്രജകൾ അല്ലാതെ ഈ ഉദ്യോഗത്തിൽ നിയമിച്ചു കൂടുന്നതല്ലെന്നും നാട്ടുരാജാക്കന്മാരുടെ പ്രജകളെ കൂടി ഉൾപ്പെടുത്ത തക്കവണ്ണം അതിലേയ്ക്കുള്ള നിയമത്തെ വ്യാപിക്കുന്നപക്ഷത്തിലും ബ്രിട്ടീഷു സംസ്ഥാനക്കാർ ഇല്ലാത്തപക്ഷമെ ഇവക ആളുകളെ ഇരക്കിച്ചു വന്നും മറുപടികിട്ടി. മറൊരാൾ മദ്രാസിൽ ഒരു സഭക്കാരുടെ വിദ്യാശാലയിൽ ഒരു വാദ്ധ്യാർ വേലയ്ക അപേക്ഷിച്ചപ്പോൾ അതിലെ അദ്ധ്യക്ഷൻ, പഠിപ്പിലും ശേഷിയിലും യോഗ്യന അപേക്ഷക്കാരനുണ്ടെങ്കിലും മറുചില യോഗ്യത കൂടി വേണ്ടതാണെന്നും, അതായത ആ സമുദായക്കാരനായിരിക്കേണ്ടതാണെന്നും ആ ആളെ മനസ്സിലാക്കി പറഞ്ഞയച്ചു. ഈ വിധം ബ്രിട്ടീഷുഗവർമ്മെണ്ടും അന്യസംസ്ഥാനങ്ങളിലെ അധിപന്മാരും അന്യസമുദായക്കാരും അവ രവരുടെ പ്രജകൾക്ക കിട്ടേണ്ടതായ സ്ഥാനങ്ങൾ അന്യർ തട്ടിക്കൊണ്ടു പോകാതെ വേണ്ടപോലെ പരിരക്ഷിക്കുന്നു.

ഇംഗ്ലീഷുകാർ ബ്രിട്ടീഷ് ഇന്ത്യയെ വിജയികളായി അടക്കിവാഴുന്നവരാണെങ്കിലും നാ ട്ടുകാരുടെ അവകാശങ്ങളെ കുറിച്ചു എന്നും ദയവായി ആലോചിച്ചു വേണ്ടഗുണകരമായ ഏർ പ്പാടുകൾ ചെയ്യുന്നു. നാട്ടുകാർക്ക ഉദ്യോഗങ്ങൾ ഒട്ടും വ്യത്യാസദാതെ കൊടുക്കേണ്ടത ഇംഗ്ലീഷുകാര ടെ ആധിപത്യത്തിന്റെ സ്ഥിതിക്കും അവരുടെ ശ്രേയസ്സിനും ആവശ്യമായിട്ടുള്ളതെന്നും പലഗ വർണ്ണരന്മാർ മുതലായ മഹാന്മാർ അഭിപ്രായപ്പെട്ടിട്ടുള്ളതാണ. അതിലേയ്ക്ക ഇംഗ്ലാണ്ടിൽ നിന്ന തന്നെ മഹാരാജ്ഞി അവർകളുടെ കൽപ്പനപ്രകാരം നിയമങ്ങളും ഉണ്ടായിട്ടുണ്ട. 1879-ൽ ആ സംഗതി സംബന്ധിച്ചു പ്രത്യേകം ഉത്തരവുകൾ സെക്രട്ടറി ഓഫ് സ്റ്റേറ്റിനിന്നും ഇന്ത്യാ ഗവ ർമ്മെണ്ടിൽനിന്നു പുറപ്പെടുകയും ചെയ്തു. നാട്ടുകാർക്ക ഉദ്യോഗങ്ങൾ കൊടുക്കേണ്ട സംഗതിയെ പറ്റി വേണ്ട വിചാരണകൾ നടത്തേണ്ടതിന ഒരു കമ്മിറ്റി ഏർപ്പെടുത്തി വേണ്ട വിചാരണക ൾ കഴിച്ചു. ആ ഗവർമ്മെണ്ടിലെ നിയമപ്രകാരം നാട്ടുകാർ എന്നുപറയപ്പെടുന്നത ഒരു സം സ്ഥാനത്ത തല്ക്കാലമായി വലു ആവശ്യത്തിലെയ്ക്ക മാത്രി പാർക്കുന്നവരല്ലാതെ സ്ഥിരപ്പാർപ്പുകാരാ യ മാതാപിതാക്കന്മാരിൽ നിന്നും അവിടെ ജനിച്ചു അവിടെ പാർപ്പുകാരായിട്ടുള്ളവരെ ആകുന്നു.

ഈ വിധം എല്ലാം തങ്ങളുടെ പ്രജകളുടെ ക്ഷേമത്തിനായി ബ്രിട്ടീഷു ഗവർമ്മെണ്ടുകാർ ചെയ്യുന്നുണ്ട. പ്രധാന ഉദ്യോഗങ്ങൾ മിക്കവാറും അവർതന്നെ വഹിച്ചുപോരുന്നത അവരുടെ രക്ഷക്ക തല്ക്കാലസ്ഥിതിയിൽ ആവശ്യമെന്ന കരുതിട്ടാണെന്ന ഡഫ്റിൻപ്രഭു അവർകളുടെ ഒരു പ്രസംഗത്തിൽ നിന്ന അനുമാനിക്കാവുന്നതാണ. ഈ വിധം ഒരു സാധാരണം ഒരു നാ ട്ടിൽ ഇപ്പോൾ പ്രധാന ഉദ്യോഗങ്ങൾ വഹിക്കുന്ന ആളുകൾക്ക പുറപ്പെടുവിച്ചു കൂടുന്നതല്ല.

തിരുമനസ്സിലെ ഗവമ്മെണ്ട അനേകഗുണപ്രദമായ ഏർപ്പാടുകളെ ബ്രിട്ടീനു ഗവമ്മെണ്ട കാരെ പിന്തുടന്ന ഈ നാട്ടിൽ നടപ്പാക്കീട്ടുണ്ട. ഉദ്യോഗങ്ങൾ കൊടുക്കുന്നതിനെപ്പറ്റി ബ്രിട്ടീ ഷു ഗവമ്മെണ്ടുകാർ ചെയ്യിട്ടുള്ള നിശ്ചയങ്ങളെ ഇവിടെ നടപ്പാക്കുന്നതായാൽ വളരെ ഗുണ പ്രദമായിരിക്കുമെന്ന അറിയുന്നും താഴ്മയോട തിരുമനസ്സറിയിച്ചുകൊള്ളുന്നു. ഇംഗ്ലീഷുകാരുടെ മഹനീയ പ്രജകൾ വിദ്യാഭ്യാസത്തിന്ന പിന്നാക്കമായിരുന്നിട്ട അവരുടെ ക്ഷേമത്തെ കാം ക്ഷിച്ചു അവർക്കവേണ്ടി പ്രത്യേക ഏർപ്പാടകൾ ആ ഗവമ്മെണ്ട ചെയ്തിരിക്കുന്ന. ഈ വിധം ഉള്ള ഒരു പ്രത്യേക ദയക്കെവിടും അടിയങ്ങൾ അർഹരല്ലയോ എന്ന കല്പിച്ചു ആലോചിക്കേണ്ട താണ. ചില ജഡ്ജിക്കൽ മദ്രാസ് ഗവമ്മെണ്ടിൽ ചില ഡിസ്ട്രാട്ടുകളിൽ അധികരിച്ച കാ

ണ്ണകയാൽ അന്ത്യജാതിക്കാരുടെ അപേക്ഷകളെ ഒരു യിട പ്രത്യേകിച്ച് ശൌനിച്ചു വരുന്നു. എന്ത പ്രമാണത്തെ ആസ്പദമാക്കി ഇപ്രകാരം ചെയ്യുന്നുവൊ അതെങ്കിലും അടിയങ്ങളുടെ ഒരു സങ്കട സംഗതിയിൽ അനുകരിക്കുന്നതിന കല്പനയുണ്ടാവാൻ അടിയങ്ങളിൽ തിരുവുള്ളമുണ്ടാ കേണ്ടതാണ.

മേൽ തിരുമനസ്സറിയിച്ചിട്ടുള്ള സംഗതികൾകൊണ്ട അടിയങ്ങളുടെ സംകടത്തിന്റൊ സ്ഥ നിയും കല്പിച്ച അയിരിലേക്ക നിവൃത്തി ശേതുളേണ്ടതിന്റൊ ആവശ്യകതയും തിരുവുള്ളത്തിൽ ബോദ്ധ്യപ്പെടുന്നതാണ. ഇപ്പോഴ അനുകരിച്ചവരുന്ന സമ്പ്രദായം ഇനിയും ക്ലേശപ്പെടാ തിരിക്കുന്നപക്ഷം മേൽ തിരുമനസ്സറിയിച്ചിട്ടുള്ള അങ്ക്ല്യത വർദ്ധിക്കുമെന്ന മാത്രമല്ല അടിയ ങ്ങളുടെ സമുദായങ്ങൾക്ക ഇപ്പോഴത്തെ സ്ഥിതിയിലും വ്യസനകരമായ ക്ഷമയം നേരിടുന്നതു മാണ്. യഥ്യാധാവശ്യങ്ങൾക്കം മറ്റുമായി നിയമിക്കപ്പെട്ടവരായ അനേക ചരദേശ ഉദ്യോശ സ്ഥന്മാരാൽ കഴിഞ്ഞ 70 കൊല്ലത്തിന്നിടയിൽ ശമ്പളം അടുത്തുകൂണ്ട ഇന്നാം മുത്തലായ വകകളിൽ അസംഖ്യം ദ്രവ്യം ഒരു നാട്ടിൽനിന്ന കൊണ്ടൊപോകപ്പെട്ടിട്ടുണ്ട. ഇങ്ങിനെ സംഭവിച്ചതും സം ഭവിക്കുന്നതും ആയ ദ്രവ്യകുറവ ഒരു വിധത്തിലും തിരുമനസ്സിലെ പ്രജകൾക്ക നികത്തുന്നതി ന കഴിവുണ്ടാകുന്നില്ല. തിരുമനസ്സിലെ പ്രജകൾ മിക്കവാറും കൃഷിക്കാരും അവരിൽ ദ്രവ്യമൊ ദ്രവ്യം ശേഖരിക്കുന്നതിന വേണ്ട ആഗ്രഹവും വൈദഭവവും മാറ്റവും യോജിച്ചൊ ഉള്ളവർ വ ളരെ ചുറവാന. ഇങ്ങിനെ ദ്രവ്യസ്ഥന്മാരും ദ്രവ്യസമ്പാദ്യത്തിന കഴിവും ഇല്ലാതെ ഭൂഷിക്കുന്ന ത നാട്ടിന ദോഷകരം തുകുന്നു. വിദ്യാഭ്യാസത്തിന്റെ ഒക്ല്യ ഉദ്ദേശ്യം തന്നെ ഗവണ്മെന്റ ഉദ്യോഗം കിട്ടുന്നതിനായിട്ട എന്നാണ സാധാരണ ഒരു നാട്ടിലുള്ള ജനങ്ങൾ തെറ്റായിധരിച്ചി രിക്കുന്നു. മേൽപ്പറഞ്ഞ സ്ഥിതിയിൻും ഇങ്ങനെയുള്ള വിശ്വാസത്തിനും ഇടയി.ശഗവൺമെടി ൽ നിന്... ... ... തിരുന്നാൽ അളവില്ലാത്ത ദോഷം നാട്ടിന നേരിടുന്നതാണ. ഒക്യമായി നാട്ടിൽ വിദ്യതന്നെ വർദ്ധിക്കാതായിപ്പോകുന്നതാണ. വിദ്യാഭ്യാസം ചെയ്യിപ്പിക്കുന്നത തന്നെ സാധാരണ സക്കാ ർ ജീവനം ഉള്ള തുള്ളകളാണ. ഒരു സ്ഥിതിക്ക നാട്ടുകാരായ ഉദ്യോഗസ്ഥന്മാർ കുറയുന്ന ൾ.ത്താളം വിദ്യാഭ്യാസം വിശിഷ്ടമല്ലക്കും വിദ്യാഭ്യാസം ഒരു സംസ്ഥാനക്കാരിടെ ഇടയിൽ കുറ ഞ്ഞപോകമെന്നുള്ള നിസ്സംശയമാണ.

ഇപ്പോഴ ഇംഗ്ലീഷുപള്ളിക്കടങ്ങളിൽ ക്കൂടിട്ടുള്ളത തന്നെ മനസ്സുക്ക വളരെ വാരമാ യിട്ടുള്ളതാണ. ഇതിനാൽ അന്ത്യദേശീയന്മാക്ക നാട്ടുകാരണ്ടൊവുരുന്നടത്തോളം ദോഷം ത ട്ടുന്നമല്ലൊ.

ഒരു സംഗതികൾ എല്ലാംകൊണ്ട അടിയങ്ങളുടെ സങ്കടത്തെ കല്പിച്ച ദയവായി ഉളോ ചിച്ചു നാട്ടുകാർ എന്ന പദത്തെ വിവരിച്ച നാട്ടകാരെത്തന്നെ കഴിവുള്ളടത്തോളം നിയമിക്ക ത്തക്കവണ്ണം ഏൎപ്പാടുണ്ടാകകയും ബ്രട്ടീഷ ഗവൺമെണ്ടുകാർ ചെയ്യുന്നതപോലെ സക്കാർ സ ർവീസിൽ ഉള്ള ഓരോ സമുദായക്കാരെ ന്യീതിക്കൂത്തവണ്ണം നിർപ്പാക്കക്കയും ചെയ്യുന്നതിന കല്പനയുണ്ടാവാരാകണും. തിരുമനസ്സല്ലാതെ വേറൊരാശ്രയമില്ലാത്ത അടിയങ്ങളുടെ ഇപ്പോ ഴത്തെ നിക്ര്ഷ്ടാവസ്ഥയുടെയും അടിയങ്ങൾക്ക നേരിട്ടിരിക്കുന്ന വലുതായ ദോഷുത്തുടെയും സൂക്ഷ്മസ്ഥിതിയെ തിരുവുള്ളത്തിൽ മതിയാക്കുല്ലും ക്ഷണിച്ച തുളിയുമ്മേൽ കൃപാകടാക്ഷ മ്ഛായി സങ്കടംത്ർ്ത രക്ഷിപ്പാറാകണമെന്ന ഭക്തിപൂവ്വം പ്രാത്ഥിക്കുന്നു.

MR. G. P. PILLAI AT FINSBURY.

On Sunday, January 13, at the South Place Institute, Finsbury, Mr. G. P. Pillai delivered a lecture on "Madras," one of a series of lectures on "Our Cities and Municipalities" inaugurated by the South Place Ethical Society. Mr. Pillai claimed for Madras the importance of being the oldest British City in India and of containing the oldest municipality. He gave a short history of the growth and development of Fort St. George, showing how the governorship of Madras had expanded from small beginnings into the important office it is now recognised to be. In the seventies of last century the government of Fort St. George was constituted of four members, the chief of whom was known as Agent, Book-keeper being second in council, Warehouse-keeper third, and Customer the fourth member. The salary of the Agent or Governor was £300 a year. It was amusing to note how the Agent drove in those days in a bullock-cart escorted by a guard armed with bows and arrows, swords and shields, and how he dined at the same table and lived under the same roof with the other Englishmen of the station. Mr. Pillai then dwelt on the consolidation of British rule under Thomas Pitt, the progenitor of the two Pitts of English history, who brought the famous Pitt diamond to England, and who sat for Old Sarum in the House of Commons. He also pointed out that the successor of Pitt was Galstain Addison, who after a brief rule of a month, died leaving a large fortune to his more distinguished brother Joseph Addison, which enabled him to retain the affections of the Dowager Countess of Warwick and subsequently to marry her. Mr. Pillai next

ഈഴവ മെമ്മോറിയൽ

പൊന്നുതമ്പുരാൻ തിരുമുമ്പാകെ തൃപ്പാദംകൊണ്ട് കല്പിച്ച് പരി പാലിച്ചുപോരുന്ന പ്രജകളും അഗതികളുമായ താഴെപ്പേരെഴുതി കയ്യൊ പ്പിട്ടിരിക്കുന്ന ഈഴവർ ഏറ്റവും താഴ്മയോടുകൂടി കയ്ക്കുറ്റപ്പാട് ചെയ്ത് തിരുവുള്ളമുണർത്തിച്ചുകൊള്ളുന്ന സങ്കടം:

അടിയങ്ങൾ സംസ്ഥാനമൊട്ടുക്കുള്ള ജനസംഖ്യയിൽ അഞ്ചിലൊ ന്നോളമുള്ളവരും പരമ്പരയായി തൃപ്പാദങ്ങളിൽ വളരെ ഭയഭക്തിവിശ്വാ സങ്ങളോടുംകൂടി രാജ്യനീതികളെ കീഴ്‌വഴങ്ങി മര്യാദയായി കാലംകഴി ച്ചുപോരുന്നവരും രാജ്യത്തിന് സമാധാനമില്ലാതിരുന്ന കാലങ്ങളിൽ എല്ലാം പൊന്നുതമ്പുരാക്കന്മാർക്കുവേണ്ടി പ്രാണൻ കളഞ്ഞിട്ടുള്ള പഴവമ്പാരുടെ സന്താനങ്ങളും, ഇപ്പോഴും രാജ്യക്ഷേമകാര്യങ്ങളായ കൃഷി, കൈത്തൊ ഴിൽ, കച്ചവടം മുതലായവയിൽ പരിശ്രമിച്ച് ഇതരജാതിക്കാരെക്കാളും സർക്കാരിന് മുതൽകൂട്ടുന്നവരുമാകുന്നു എന്നുള്ള വാസ്തവം അടിയ ങ്ങൾ തിരുവുള്ളമുണർത്തിച്ചേ തീരൂ എന്നില്ല.

എന്നാൽ ഗവൺമെന്റിൽനിന്നും പ്രജകളുടെ ക്ഷേമത്തിനും അഭി വൃദ്ധിക്കുമായി ചെയ്തുവരുന്ന ചില സൗകര്യങ്ങളും സഹായങ്ങളും അടി യങ്ങൾക്ക് ഇന്നും സിദ്ധിക്കുന്നതിന് സംഗതി ആയിട്ടില്ല.

ഇഹപരസുഖങ്ങൾക്ക് നിദാനമായിരിക്കുന്ന വിദ്യാഭ്യാസം ജാതിഭേദം കൂടാതെ സകല പ്രജകൾക്കും ഒന്നുപോലെ സിദ്ധിക്കത്തക്കവണ്ണം തിരു വുള്ളമുണ്ടായി സംസ്ഥാനമൊട്ടുക്കും പാഠശാലകൾ സ്ഥാപിച്ച് നടത്തി വരുന്നുണ്ടെങ്കിലും അടിയങ്ങളുടെ കിടാങ്ങളെ പഠിത്തത്തിൽ പ്രോത്സാ ഹിപ്പിക്കേണ്ട ഗവൺമെന്റ് ഇന്നും അവരെ മിക്ക പാഠശാലകളിലും കട ക്കാൻ സമ്മതിക്കാതെ നിർദ്ദയം ആട്ടിക്കളയുകയാണ് ചെയ്തുവരുന്നത്.

അതിനാൽ അടിയങ്ങളിൽ വിദ്യാഭ്യാസമുള്ളവർ പഠിത്തവിഷയ ത്തിൽ സകല സൗകര്യങ്ങളുമുള്ള ഇതര ജാതിക്കാരോടൊത്തുനോക്കി യാൽ വളരെ മോശവും വിശേഷിച്ചും ഇക്കാലത്തും പരിഷ്കാരത്തിന് അവശ്യം വേണ്ടതായ ഇംഗ്ലീഷ് പഠിത്തം ഉള്ളവർ തീരെ ചുരുക്കവുമാണ്.

ഇതിനുകാരണം പഠിത്തത്തിന് സൗകര്യമില്ലായ്മ ഒന്നുമാത്രമല്ല വിദ്യാഭ്യാസത്തിന്റെ പ്രയോജനമെന്ന് സാധാരണ ജനങ്ങൾ വിചാരിച്ചു വരുന്നതും വിദ്യാഭ്യാസത്തിൽ അവരെ പ്രത്യേകം പ്രേരിപ്പിക്കുന്നതുമായ സർക്കാരുദ്യോഗങ്ങളിൽ അടിയങ്ങൾക്ക് നിശ്ശേഷം അർഹതയില്ലെന്നു വച്ചിരിക്കുന്നതും പ്രധാനമായ ഒരു കാരണമാണ്.

ഈ വക ജീവനങ്ങൾക്കുവേണ്ടി യോഗ്യതയുള്ളവർ അടിയങ്ങളിൽ ഇല്ലെന്നില്ല. 1891 ൽ കാനേഷുമാരി കണക്കിൻപ്രകാരം അടിയങ്ങളിൽ പുരുഷന്മാർതന്നെ 25,000 പേരെങ്കിലും വിദ്യാഭ്യാസമുള്ളവർ ഉണ്ടായി രുന്നു. എന്നാൽ ഇവരിൽ മിക്കവരും കച്ചവടം, കുത്തക, വൈദ്യം, ജ്യോതിഷം മുതലായ സർക്കാരിനെ ആശ്രയിക്കാത്ത വല്ല പണികളിലും ഒരുവിധം മാനമായി കാലക്ഷേപം ചെയ്തുവരുന്നതു കൂടാതെ ഉയർന്ന തരം ഇംഗ്ലീഷ് വിദ്യാഭ്യാസം ലഭിച്ചിട്ടുള്ളവർ അന്യഗവൺമെന്റുകളുടെ കീഴിൽ തക്കതായ ഉദ്യോഗങ്ങൾ ഭരിച്ചും പോരുന്നുണ്ട്. എന്നിട്ടും ഇതിൽ ഒരാളെങ്കിലും പൊന്നുതിരുമേനിയുടെ ഗവൺമെന്റിന്റെ കീഴ് കുറഞ്ഞ പക്ഷം അഞ്ചുരൂപ ശമ്പളമുള്ള ഒരുചെറിയ ജീവനത്തിൽ പോലും ഇരുന്നു കാണാത്തത് എന്തുകൊണ്ടാണെന്ന് അടിയങ്ങൾക്ക് അറിവാൻ പാടില്ല.

ഗവൺമെന്റിനോട് അടിയങ്ങളോളം അവകാശമില്ലാത്തവരും ജാതി യിൽ അടിയങ്ങളേക്കാൾ താണവരും ആയ ചിലരും ഈ നാട്ടിൽ തന്നെ തക്കതായ ഉദ്യോഗങ്ങളിൽ ഇരിക്കുന്നതിന് പുറമെ അടിയങ്ങളിൽനിന്ന് മാത്രമല്ല അടിയങ്ങളേക്കാൾ തുലോം താണജാതിക്കാരിൽനിന്നും മതഭ്ര ഷ്ടരായിത്തീരുകയോ അന്യമതത്തിൽനിന്നും ഒരു പേർ മാത്രം കൈക്കൊ ള്ളുകയോ ചെയ്യുന്നവർക്കും പഠിത്തത്തിന് വേണ്ടുന്ന എല്ലാ സൗകര്യ ങ്ങളും അനേകം ഉദ്യോഗങ്ങളും ലഭിച്ചുവരുന്നുണ്ട്.

അടിയങ്ങളുടെ സഹോദരരായ മലബാറിലെ തീയരും ആ ഗവൺമെന്റിന്റെ കീഴിൽ നാട്ടുകാർക്ക് വഹിക്കത്തക്കതായ ഏതുതരം ഉയർന്ന ഉദ്യോഗങ്ങളിലും ഇരിക്കുന്നതായി അടിയങ്ങൾ കാണുന്നും ഉണ്ട്.

നാടൊട്ടുക്കും ദിവസംപ്രതി പരിഷ്കാരങ്ങൾ വർദ്ധിച്ചുവരുന്ന ഇക്കാ ലത്തും അടിയങ്ങൾക്ക് ഈവക കഷ്ടാവസ്ഥകളിൽനിന്നും നിവർത്തിയു ണ്ടാകണമെങ്കിൽ അടിയങ്ങൾ പൊന്നുതിരുമേനിയുടെ രാജ്യമായ സ്വരാ ജ്യത്തെയോ പൊന്നുതിരുമേനിയുടെയും മതമായ സ്വമതത്തെയോ ഉപേ ക്ഷിച്ചാലല്ലാതെ പാടില്ലെന്ന് വന്നിരിക്കുന്നത് എത്രമാത്രം വ്യസനകരമായ ഒരു സംഗതിയാണെന്ന് അടിയങ്ങൾക്ക് തിരുവുള്ളമുണർത്തിക്കാൻ കഴി യുന്നതല്ല.

അതിനാൽ ധർമ്മതല്പരതയ്ക്കും പ്രജാവാത്സല്യത്തിനും ഇരിപ്പിട മായ പൊന്നുതിരുമേനിയുടെ കാരുണ്യമല്ലാതെ മറ്റൊരാശ്രയവും ഇല്ലാ

ത്തവരും നിരപരാധികളുമായ ഈ അടിയങ്ങളെ സ്വരാജ്യത്തിലും സ്വമ
തത്തിലും നിന്ന് അകറ്റിക്കളയാതെ മേലാലെങ്കിലും എല്ലാ ഗവൺമെന്റ്
പള്ളിക്കൂടങ്ങളിലും കടന്ന് പഠിച്ചുകൊള്ളത്തക്കവണ്ണവും യോഗ്യതാനു
സാരം അടിയങ്ങൾക്കും സർക്കാർ ഉദ്യോഗങ്ങൾ കിട്ടത്തക്കവണ്ണവും തിരു
വുള്ളമലിഞ്ഞ് കല്പനയുണ്ടായി അടിയങ്ങളുടെ സങ്കടം തീർത്ത് രക്ഷി
പ്പാറാകണമെന്ന് അടിയങ്ങൾ എത്രയും ഭയഭക്തി വിനയങ്ങളോടുകൂടി
തൃപ്പാദങ്ങളിൽ വീണു പ്രാർത്ഥിച്ചുകൊള്ളുന്നു.

വാത്സല്യമുള്ള പൊന്നുതമ്പുരാൻ തിരുമുമ്പാകെ അമ്മയുടെ അടു
ക്കൽ കുട്ടികളെന്നപോലെ സ്വപ്രജകൾക്ക് കരയാമെന്നുള്ളതുകൊണ്ട്
ധൈര്യപ്പെട്ട് അടിയങ്ങൾ തൃപ്പാദങ്ങളിൽ സമർപ്പിച്ചുകൊള്ളുന്ന ഈ സങ്ക
ടത്തിന് തിരുവുള്ളമുണർന്ന് ഉടൻ നിവർത്തിയുണ്ടാകുമെന്ന് അടിയങ്ങൾ
വിശ്വസിക്കുകയും പൊന്നുതിരുമേനി അടിയങ്ങളുടെ സകല സങ്കടങ്ങളും
തീർത്ത് വളരെക്കാലം ആയുരാരോഗ്യ സമ്പൽ സമൃദ്ധിയോടു കൂടി എഴു
ന്നള്ളിയിരുന്ന് അടിയങ്ങളെ രക്ഷിപ്പാറാകണമെന്ന് സദാ ഈശ്വരനെ
പ്രാർത്ഥിക്കുകയും ചെയ്യുന്നു.

ജി പി പിള്ളയുടെ ചരമത്തിൽ അനുശോചിച്ചുകൊണ്ട് നസ്രാണി ദീപിക എഴുതിയ മുഖപ്രസംഗം

കഴിഞ്ഞുപോയ ബാരിസ്റ്റർ ജി പരമേശ്വരൻ പിള്ള അവർകൾ കേര ളീയരുടെ എന്നുവേണ്ട ഇന്ത്യക്കാരുടെയും വിദേശങ്ങളിൽ തന്നെ പലരു ടെയും സ്നേഹബഹുമാനാദികൾക്ക് പാത്രീഭവിച്ചിരുന്ന ബാരിസ്റ്റർ ജി പരമേശ്വരൻ പിള്ള ബി എ എഫ് ആർ എച്ച് എസ് അവർകൾ കഴിഞ്ഞ ബുധനാഴ്ച രാത്രി രണ്ടു മണിക്ക് ചരമഗതിയെ പ്രാപിച്ചിരിക്കുന്നു എന്നുള്ള അത്യധികം ദുഃഖകരവും മർമ്മഭേദകവുമായ വാർത്ത ഇപ്പോൾ വായനക്കാർ അറിഞ്ഞിരിക്കുമല്ലോ. മിസ്റ്റർ ജി പി ക്ഷയരോഗ പീഡിത നായി ഒരു മാസക്കാലമായി കൊല്ലത്ത് താമസിക്കുകയായിരുന്നുവെന്നുള്ള കഥ വായനക്കാർക്കും അറിയാവുന്നതാകുന്നു. ബാരിസ്റ്റർ പരീക്ഷ കഴിഞ്ഞ് ജി പി തിരുവനന്തപുരത്ത് വന്നപ്പോൾ അദ്ദേഹത്തിന് ദേഹ ത്തിന് നല്ലസുഖമില്ലായിരുന്നു. എങ്കിലും അദ്ദേഹം മുറയ്ക്ക് വക്കീൽപണിയിൽ പ്രവേശിച്ചു. അദ്ദേഹത്തിന് കിട്ടിക്കൊണ്ടിരുന്ന കേസു കളുടെ സംഖ്യയും വർദ്ധിച്ചുവന്നു. ഹൈക്കോടതി പൂട്ടുന്നതിന് അല്പം മുമ്പായി അദ്ദേഹത്തിന് സുഖക്കേട് വർദ്ധിക്കയാൽ കണ്ണൂർക്കാരൻ ഒരു നാട്ടുവൈദ്യന്റെ ചികിത്സയിൽ കഴിച്ചുവന്നു. ഈ ചികിത്സകൊണ്ട് പറ യത്തക്ക ഗുണം കാണപ്പെട്ടില്ലെന്നത് കൂടാതെ വൈദ്യന് തിരുവനന്തപു രത്തുനിന്ന് പോകേണ്ടിവന്നതിനാൽ ഇംഗ്ലീഷ് ചികിത്സയിൽ മേൽ കഴി യണമെന്ന് മിസ്റ്റർ ജി പി ക്ക് തോന്നി. അതിനാലാണ് അദ്ദേഹം തന്റെ ആത്മമിത്രവും പരമയോഗ്യനുമായ ഡോക്ടർ ലക്ഷ്മണനെക്കൊണ്ട് ചികി ത്സിക്കുന്നതിനായി കൊല്ലത്തുപോയത്. ഡോക്ടർ ലക്ഷ്മണൻ മിസ്റ്റർ ജി പിയെ ഒരുമിച്ച് താമസിപ്പിച്ചു. അനന്യസാധാരണമായ ഔദാര്യത്തോടും അക്ഷീണമായ ശുഷ്കാന്തിയോടും ശുശ്രൂഷിച്ചുവന്നു. ഡോക്ടറുടെ ചികിത്സാവിശേഷം കൊണ്ടും മിസ്റ്റർ ജി പിയുടെ നിരവധി സ്നേഹിത ന്മാരുടെ അതിരറ്റ ശ്രമങ്ങൾ കൊണ്ടും അദ്ദേഹത്തിന്റെ സുഖക്കേടിന്

വളരെ ആശ്വാസമുണ്ടാകുകയും കുറെ ദിവസങ്ങൾക്കുള്ളിൽ തിരുവന
ന്തപുരത്ത് പോയി വീണ്ടും പണിയിൽ പ്രവേശിക്കാമെന്ന് എല്ലാവരും
ദൃഢമായി വിശ്വസിക്കുകയും ചെയ്തുവെങ്കിലും ദുരദൃഷ്ടം കൊണ്ട് മറി
ച്ചാണ് സംഭവിച്ചത്. ബുധനാഴ്ച വൈകുന്നേരം ദീനം വീണ്ടും അധിക
മാവുകയും രാത്രി രണ്ടുമണിക്ക് അദ്ദേഹം — ജനങ്ങളാൽ ഒരു കാലത്തും
അവിസ്മരണീയമായ നാമധേയത്തോട് കൂടിയ ആ ഗംഭീരപുരുഷൻ -
അദ്ദേഹത്തിന്റെ അസംഖ്യം ബന്ധുക്കളെയും സ്നേഹിതന്മാരെയും
സന്താപ സമുദ്രത്തിൽ നിമഗ്നരാക്കിയിട്ട് പ്രപഞ്ചത്തിരയ്ക്കുള്ളിൽ
അന്തർദ്ധാനം ചെയ്യുകയും ചെയ്തു. മിസ്റ്റർ ജി പിയുടെ മരണം തിരുവി
താംകൂറിൽ ഇടക്കാലത്ത് ഉണ്ടായിട്ടുള്ള ദുഃഖകരങ്ങളായ അസംഖ്യം മര
ണങ്ങളിൽ ഗണനീയമായ ഒരു സ്ഥാനത്തെ അർഹിക്കുന്നു. സ്വരാജ്യ
ത്തിനും സ്വജനങ്ങൾക്കും നന്മ ചെയ്യുന്നതിന് അക്ഷീണമായി പ്രവർത്തി
ക്കുന്നതിന് തയ്യാറായിരുന്ന ഈ ഗംഭീരാശയനെ ഇനി ആരാണ് പിന്തുട
രാൻ പോകുന്നത് എന്ന് അറിയുന്നില്ല. മിസ്റ്റർ ജി പിയുടെ മരണം അടുത്ത
കാലത്തൊന്നും വിസ്മരിക്കപ്പെടാവുന്നതാണെന്ന് തോന്നുന്നില്ല. ചുരു
ക്കത്തിൽ അത് തിരുവിതാംകൂറിനെന്നല്ല ഇന്ത്യയ്ക്കും ഒരു അപരിഹാ
ര്യമായ നഷ്ടമെന്നാണു പറയേണ്ടത്. മിസ്റ്റർ ജി പിയുടെ പത്നിയോടും
കുടുംബങ്ങളോടും ബന്ധുക്കളോടും ഞങ്ങൾ ഈ അവസരത്തിൽ ഹൃദ
യപൂർവ്വമായി സഹതപിക്കുകയും ഇദ്ദേഹത്തിന്റെ സവിശേഷമായ ഒരു
ജീവചരിത്രം അടുത്ത പത്രത്തിൽ സവിസ്തരം പ്രസിദ്ധപ്പെടുത്തുന്നതാ
ണെന്ന് പ്രസ്താവിക്കുകയും ചെയ്തുകൊള്ളുന്നു.

1903 മെയ് 26

കത്തുകൾ

14 Mercury Land
Durban 18th May 1901

Dear Mr Pillai

We here notice with gratitude and pleasure that you continue to take the same warm and active interest in the cause of your poor countrymen in South Africa. Letters embodying the suggestion that a deputation should wait on sir Alfred Milner and if possible on Mr. Joseph Camberlain and place before them the position of Indians in South Africa are being send to the british Committee of the Indian National Congress and the East India Association. It seems to me that while Everyone is sympathetic only you are likely to give the time and attention that would be necessary for promoting such a deputation especially as you are thoroughly posted in the facts of the case. I think the golden opportunity should not be missed, and I hope you would kindly interest yourself in the matter if you fail in with my views.

I am writing to Mr. Romesh C. Dutt Also

I am, Yours truly
M K Gandhi

Cambridge Lodge
West Hill Road
Southfields London S W
26th September 1896

Dear Mr Pillai.

I send you by book post slips from "India" (October) of my correspondence with the Civil Service Commissioners a para upon it by the Editor and my share in the examination of Lord Wolsely.

I hope you will find it desirable to reproduce all in "the Madras Standard"

I hope our Indian people will take advantage of the opening of them of the Civil Services of the United Kingdom.

You must have already observed that Mr. A K Cama has passed for three Eastern Cadetships Hoes Civil Service and Indian Civil Service.

Yours truly
Dadabhai Naroji

Presidency College, Calcutta
Jan 10, 1897

My Dear Sir,

I regret I did not make your personal acquaintance when you were here the other day though I saw you at Mr. A M Bose's and heard your speeches at the Congress.

I enclose an account of my latest researches in the field of chemistry, and I furnish it in advance of a few days first hand. Your paper, I understand, represents the most progressive party in Madras; and it is desirable that you should infuse into the rising generation – the future hope of our country a spirit of original research. Both my colleague Dr. J C Bose and myself have been able to do something in this line, but we are very anxious that the continuity should be kept up.

With kind regards,
I remain,
Yours very truly
P C Ray.

TROUBLES OF A
TRAVELLER IN PARIS

O Gay Paris! The very thought was thrilling with excitement. To visit those gay haunts of pleasure in Paris, to sit in the Cafes and enjoy the delights of Parisian cooking, to enter the dancing saloons and see the miracles of the terpisheorean art, to walk under the shades of towering trees in the Bonlevards and observe the gloss and glitter of shops filled with jewellery and above all to glide over the swift flowing Seine and survey the wonders of the Exhibition-this was a privilege I dearly prized! London was quickly left behind: the sea was easily crossed: and Paris was almost immediately in view. The sacrifice of a nights sleep was well worth the trouble, and morning found me and my portmanteau making towards the Pantheon eager to find rest and shelter. Duly arrived at a pension de famille, I was all unconsciously labeled No. 19 and deposited in a room which if wanting in luxury and comfort gave me the satisfaction of overlooking the graves of Mirabeau and Marat Voltarire and Victor Hugo! My individuality was gone, I and my name were obliterated and from that day till the day of my departure I was christened and known as no 19. Going to my breakfast table I found an oblong cloth cover in which was deposited a serviette carefully folded and outside in the centre of the cover was tacked in a small piece of paper on which were written the significant words "No. 19" Thenceforward I was

No. 19. It was either No. 19 has finished his breakfast or "No. 19 did not go for dinner" or "No. 19 was very late in retiring to rest."

Thus reduced to numbers I walked out of my lodgings to survey the streets. Arrived in the streets, I had to unlearn what I had learnt in London. Accustomed to street crossing in London I thought I could easily walk across any street in Paris. But the moment I ventured I found I had trodden on dangerous ground; some carriage behind, threatened to crush me under its wheels. Why, what was wrong? Have I made a mistake as to the left side? Nothing of the sort. Everything is reverse in Pairs. In London You keep to the left when you drive; in Pairs, You keep to the right. Seeing a bus, You try to jump in. No, you are not wanted. Do you hold a ticket? If so, produce it in London, You jump into a bus as soon as you see it and having taken your seat you are required to pay and you are given a ticket. But in Paris, before you jump in, you must obtain a ticket to entitle you to a seat and after you take your seat and pay for it you are offered no ticket. In Paris, you get your ticket for nothing from an enclousure near the place where the bus stops and that ticket contains a number and according to the priority of that number, you are offered a seat, for which seat you pay and for which payment you get no ticket. You jump into a bus in Paris and turn to the right to ascend the flight of steps. Great mistake! You see no stairs on the right. In the London bus the staircase is always on the right side but in the Paris bus it is always on the left. Arrived on the top, you find that the seats are not crosswise as in London buses. They run parallel to the length of the bus: and you sit facing the shops. Having got into your bus on one side of the street, you go and wait on the opposite side to catch the same bus as you now wish to travel in opposite directions. You wait long enough but find no bus halting there. Whereas you see bus after bus drawing up at the opposit end. You have made another mistake. In London buses which go in the direction always queueup on one side of the road. Those that go in the opposite direction draw up on the opposite side. Observe the rule in Paris and you will never get a bus or if you do, you will be in a wrong bus. All buses plying between any two places in Paris always draw up in the same place irrespective of their direction. In London in summer there is always a rush for seats on the top of the bus: and if different rates were charged for seats inside and outside a higher rate would certainly be charged for the seats outside. But in Paris, a higher rate in charged for the seats inside: a seat inside cost twice the seat outside and many are compelled to pay the higher rate when a seat is not available on the top. Even for a short distance, you have to pay 3d (or rather 30 centimes) for a seat inside a bus: but if you are resolved to "do" Paris, the fare is eventually cheap as by calling for a "Corrspondence" (Forgot the English meaning of it) You can travel throughout Paris by going from one bus to another for that fare.

Having mastered the rule of the road and observed the eccentricities of the bus, No. 19 proudly entered a bus to go to the Pantheon. On the way, he observed certain peculiarities: he thought the streets didn't look quite familiar as his companions grew less and less in number: and at last the bus itself stopped and wouldn't move any further. But, No. 19 had not reached the Pantheon. There was certainly something wrong somewhere. Was this a further illustration of the eccentricities of the Paris bus? At last it dawned on him that he was at the opposite end of the City. He had got into a bus travelling in the opposite direction. What was he to do? He possessed his soul in patience and travelled the full distance back again till at last he was deposited in the right place. No 19 next wanted to visit a friend. He had the address and he was sure in what direction the palce lay. No 19 at once entered a bus: he made no mistake about the bus this time. Leaving the Pantheon. No. 19 soon found himself somewhere near the Palaris Royal. He was sure his friend's residence was somewhere near. He consulted several policemen: but he was unable to catch the right bus. After wasting a lot of time he resolved to venture into a cab and gave the driver the name of the street. It was a long distance. Through highways and byways he drove along till at last he found that some of the streets in his neighbourhood came to view: and when the cabby drew up no. 19 was taken aback. It was very near the Pantheon, the place from which he originally started. It wouldn't have taken him 15 minutes to walk to the place. But he had half an hour's bus ride, an hour's wandering about on a mission of enquiry and another half hour's cab ride, not to speak of the number of funny francs and saucy centimes spent.

Little did No 19 dream when in Paris that he would live to write these lines: for while in that gay City he was actually driven one day to the Chamber of Death. If no. 19 is alive today he is not the same man: it is his resurrected self. The moment No. 19 entered the chamber a figure clothed in dark with a piece of human skeleton in his hand hurled forth the following words:- "Enter mortal of his Sinful world, enter into the shadow of Etemity. Select your bier (not beer); fit yourself comfortably to it and repose in the solemnity and tranquility of death" No. 19 Straggered: Nevertheless he took his seat. Suddenly, he discovered that the table before him was a coffin. To add to his confusion, a thin-lighted candle was placed before him and he was invited to taste a drink full of microbes and the latest plague germs from India! What a treat! And the surroundings were dismal. The room was dimly lighted the chandelier itself was made of human skeletons and skulls. Whatever pictures therewere, were pictures of murder, assassination and bloodshed. There were all sorts of inscriptions of the walls in French, the only one in English being. "To be or not to be." No. 19's spirit sank within him. Suddenly a dark form rendered itself visible through a dark window; two or three skulls became aglow with light; a vivid lightfell on the male and female figures in the pictures and they seemed to lose their flesh and to be transformed to skeletons. No 19 was transfixed to his seat. But the next moment, he was led into a darker chamber. The way was strewn with bones skulls an skeletons of human bodies. And suddenly a figure clothed completely in dark, his eyes gleaming through two small holes in his dress, exclaimed "O Macchabees! Enter into eternity whence none ever return" and so saying he hurled back the massive gates of the Chamber of Death. No. 19 was in perfect darkness. Horror of Horrors! What next. No 19 took courage on seeing a flash of light through a whole but through the hole was perceived a coffin perched bolt upright. The dark figure approached No 19 and asked him whether he would like to enter his coffin? Not yet! Another man however took his place. He cheerfully entered his coffin. But at once came, the astonishing words "O Macchabee, beautiful (At least no. 19 didn't think so; however; that doesn't matter) breathing mortal, pulsating with the warmth and richness of life, thou art in the grasp of death! Compose yourself for the end And the effect was wonderfull. Gradually he grew pale. His features became less and less clear: his clothes assumed a hazy appearance his cheek bones became prominent, his eyes sank into their sockets and now all flesh was gone and he was a mere skeleton! and was it to be so reduced to a skeleton that No. 19 was invited to enter his coffin! How glad he was, he didn't! No. 19 thought there was an end of the man. When was, his turn to come? And was it to end his career thus in this chamber of Death-Albeit in Paris, that he found his way from London to Pairs! Oh Cruel fate! But joyful to tell, the man who entered his coffine, did not end his carrer there, "Oh macchabee came forth the voice again. "Thou hast reached the last stage of death so dreadful to mortals. But despair not, power is given to those who merit it to return back to life. So may thou return if thou deserveth and desireth" There was to be a resurrection! And so there was! Slowly the skeleton began to be clothed with a hazy covering and then gradually flesh put in its appearance: till at last there was the man again! He boldly walked out of his coffin! No. 19 took courage. The next invitation was accorded to a lady and she readily sallied forth. Evidently even in the Chamber of death ladies are more respected than men and she was accordingly offered a seat. She sat smiling. Immediately, however, her smile vanished: for a sudden flash of light deprived her of her outward habiliments and she appeared in her under clothing. She was not conscious of it but No. 19 and his company who viewed her from the front had that vision. But there was no further proceeding, She re appeared in her dress. Next a man accoutered in white appeared near her and touched her; But she knew not there was any one beside her. And then a cat was placed near her on the table and she was asked whether she saw the cat. She didn't. But enough of this proceeding. No. 19 felt himself consoled that he could find his way back from the Chamber of Death and so he did. And what a relief! What has happened! No 19 had simply visited. Café Du Neant one of the best known Cafes in the Mountmartre Quartre of Paris.

But No 19's adventures did not end there. Out of the Cabaret of Death he soon found himself inthe Mouth of Hell! The mouth was ghastly. It was the little world of Satan--of flaming coals and red hot iron. At the entrance stood one of satan's black legion, whimsical, quixotic, with a trident like lance and at the sight of No. 19 he exclaimed with a ferocious grin. "Ah! Ah! here comes another. How he will roast." Roast! Has no. 19 who was just escaped the perils of death, come here to be roasted alive? Hush, here the cry- "Enter and be damned! The Evil one awaits you." No 19 looked round in evident excitement. Around were devils in different costumes and some of them were playing music and at their elbows were other devils inciting them to further music with the plunge into their flesh of red hot iron. In front of him were rocks and caverns and amongst them rolled mightly thunder and flashed quick lightning. There were volcanoes too, which remitted fire. The walls were fiery and against them were numerous red tables at one of which no 19 quietly took his seat. No. 19 ordered a drink as order he must whether he liked or not. And the devil who brought the drink, a devil was he, for he roared out "Cool yourself a little and await the melted iron that will be soon poured down your throat" No 19 looked up. But the devil was serious. And all on a sudden, there rushed to the scene Satan in a gorgeous robe of red, flourishing a sword of fire. He had quite a patronising air No. 19

was crouching in a corner, and he wished to avoid Satan. But Satan was all eyes. He spotted No. 19 easily, as satan has a fondness for foreigners and addressed him mockingly "You do me great honour, Monsieur, Ah! Ah! You thought you could avoid me but you shall have your turn.You shall soon submit to the fortune of hell. And now, Monsieur, to the hot room." No 19 was in imminent expectation of being burnt to death in the hot room but conceive his surprise when he found that the room belying all appearances, was uncomfortably cool! No 19 had enough of it and he soon rushed out of the cavern of hell.

To his agreeable surprise No. 19 tumbled into Heaven where the gates were golden. Inside, angels bathed in white flitted about with gauzhy wings. But the angels were practical. They were employed as waiters. No 19 who was cursed and hissed in the chambers of death and hell was now welcomed in mellifluous words-"Heaven's greatings to thee! Mayst eternal bliss and happiness crown thee. Prepare to meet thy creator" and in a subdued voice the winged waiter whispered "don't forget the waiter." How angelic! The waiter had his rewards for beer is plenty in heaven. Sacred music was being sounded inside the gates of heaven. Behold and there was a pig but the pig was golden and sat on its haunches and the pigs beauty and splendor were displayed to advantage by candle light. And now to the angel room! What delightful visions! The room glittered with the glamour of gold the walls were set with precious stones and electric light shone in every nook and cranny. But the benches in heaven were wooden and on one of them No. 19 sank in astonishment. There was a cleft in the wall-even in Heaven. Immediately there was a change. The room became dark: And the cleft! Behold the angels (or angelesses) floating in the air with grace and loveliness now plunging down now soaring high the next moment moving in circles. And now came the polite invitation "would no 19 care to be transformed to an angel? "No, Yes! He was taken immediately through a trap door and in a moment he like them floated with ease perhaps not gracefully but smiling all the while in evident enjoyment of his aerial positions. No 19 had attained beatitude, No 19 forgot the pains and penalties of Death and Hell. He was in the seventh Heaven of delight!

Such are the mysteries of Le Cabaret Du Ciel. No 19 had merely visited three cafes in Montmartre, first, the Café of Death, next of Café of Hell and then the Cafe of Heaven. But enough of Death, Hell and Heaven. Says No 19 to himself. To the Exhibition! "No says the Parisian to the "Exposition." for such are the mysteries of the French Language that an exhibition becomes an "Expositions" accent- on the last syllable please."

Drifting towards one corner of the exhibition No 19 placed his right foot on a staircase. He was about to lift his left foot with a view to ascend. But conceive his surprise when he found that the labours of his feet were being performed by the staircase under his feet. The Stiff canvas under his feet moved on; and likewise the two sidings in the staircase on which he had placed his hands. And they were moving upwards: and in a few moments No. 19 had finished the ascent and all that he had to do was, when he reached the top to jump off the canvas which having ascended found its way underneath and moved in the opposite direction. Having reached the landing stage on the top, he felt secure. He thought he was on a firm basis. He moved a few steps and stepped on to a platform. He felt he was moving along but he was not walking. Nevertheless he was travelling. Surely there was something wrong. He looked at his legs. They were firm, steady and did not move from the place he trod on. The fact was, he was walking, in spite of himself! No 19 was confused He thought it was unsafe for him to remain where he stood. He stepped forward to another platform. And lo! he was now running. While on the other platform he seemed to be walking, and now he was running. In the first platform he moved at a slow walking rate in the second he was moving at a running rate: He again stared at his legs: they were firm and there was no mistake. He was moving round the exhibition

Grounds! One building after another came in view. And yet he did not move, he did not walk, he did not run. The platform did the moving the walking the running for him! Here was walking cancelled. He thought he was moving too fast. He wished to admire a particular building and he was moving fast. He stepped on to the first platform now he was moving slow. But he wished to have a look at the building for some time. He stepped on to the next platform. He was firmly fixed. That platform did not move, He stood where he stood. Back he went to the first moving platform: He was going at a walking pace though he stood where he stood. He stepped on to the second moving platform: And he was moving at a running rate. No. 19 grew bold. This time, he resolved to walk himself, and he immediately put his legs into action with the result that he was travelling faster than ever. The Platform was moving: and he was moving and there was double speed. Building ran past him. Suddenly an idea crossed No 19's brain! Is it not possible to defeat the object of this moving floor? No. 19 turned right about and walked in the opposite direction He walked very fast and wonder of wonder he stood where he stood. His legs were moving in one direction The platform was moving in the opposite direction. And No. 19 found that the result of his breathe less exertion was that he stood exactly opposite a particular building. which he wanted to view. He stepped on to platform no I and now he needed less exertion to counteract the movement of the platform. *Coundrum*: When does a man who walks stands in the same place where he stood? Answer: When he is on a moving platform. All this time No. 19 was simply on the platform mobile which was one of the chief attractions of the Paris Exhibition. Of the two platforms which moved side by side one moved at the rate of 5 miles an hour and the other 2½ miles. What visions of the future, this *platform mobile* opens to us. Fancy all the pavements in the important streets of London being converted into moving floors! And fancy these moving floors worked by one centrifugal force, going rounded and round London from morning till late in the night. And where will the cabs and buses, the electric trams and the underground trains be? They will be quite things of antiquity in London. You are near Marble Arch. You step on to the moving pavement. You don't walk. You stand still. Houses and parks drive past. Shops and restaurants appear, soon to disappear. In a few minutes you are near Regent Street. You step on to the road- there are no buses and cabs to distrub your free movement-and cross over to the moving platform in Regent Street. Your are now in Piccadilly. Cross over again and you are moving along towards charing Cross. And now you are in the Strand: and now in Fleet Street. And now in the city. All the time you have done no walking. Here and there you find special seats on the moving platforms and if you don't wish to stand you may take your seat. Still you will be moving. And one step further. If there be a small table near you you may sip your favourite drink as you are travelling to your destination! And furthermore, moving cafes may be organized on these platforms! What marvellous possiblilites this moving platform suggests!

After half an hour's sojourn No. 19 found that the platform mobile was no place for him. Leaving it at once No. 19 entered a building for rest and refreshment. For a moment he was staggered! He was standing upside down. What are there visions about He proceeded to a sofa: And there, sure enough he was walking upside down. Surprised and terrified he closed his eyes and sank into the sofa After all it may be pure imagination. He Rubbed his eyes and again looked. He was seated on a sofa hanging upside down from the floor. He rose and advanced to a chair. The chair was upside down. Besides the chair was a table which appeared suspended from the floor upside down. On the table was a decanter which was upside down. Nervously taking his seat. No. 19 summoned the gurcom. And sure enough he found the waiter advancing towards him upside down. Talking to him fo 19 wondered whether he would talk upside down. But he didn't. He talked in the usual manner. No 19 ordered a cup of coffee. He was served upside down: And he drank it upside down. No 19 was too nervous to trust himself in this building. He walked out. Of course upside down. Once out of it he made sure that he walked in the usual manner: and then he looked at the building, and he found the building was I will not say erected projected upside down. The top of the building was on the ground. The doors and windows were fixed upside down. The flags that floated on it were upside down. And everything external about the building was also upside down! No. 19 was simply dazed. He walked on: and in a few moments he found that he was on the top of a volcano. A volcano forsooth! And in Paris! Yes, a volcano and as No. 19 trudged on, he found all along the route which led to the top of this mountain, there were wayside inns where he could refresh himself. But look! the valcano smoulders: the smoke becomes thicker and thicker and sure enough there is an eruption He stood in terror of molten lava being poured on all sides of him: but he had a narrow escape. Arrived on top conceive his surprise when he saw the sea at the foot of it. Up from the top of the volcano down to the depths of the sea it was the work of a moment . No. 19 was all Excitement. And down in the depths of the sea what does he see? Fishes and sea animals, plants and shrubs. wrecks of ships and drivers in their diving dress exploring the floor. No. 19 could hardly believe his senses. The next moment he found himself in a steamer: at first it was smooth sailing but soon the steamer was overtaken by a storm and he found he was sailing in a tempestuous sea in the broad Mediterranean. No. 19 was by no means sure he was not mad. He distintly remembered that he had travelled from London to Paris. But when did he got to Switzerland, and when did he try to ascend the mountain tops. Tops of that delightful land? But there is no mistaking that he has done it all. And now, he is in the Mediterranean! No 19 felt he was not mad. And yet if he was to believe his senses he has gone through some phases of life which are impossible to attain in a plain City like Paris which is far away from all seas! He was soon undeceived. He was out of a building: and then he realized that he was on Exhibition ground having sufficiently recovered his senses, No 19 made bold to enter another building. And Mirabilel dictnu: He found himself travelling fast round the world. Station after station came to view: now he was in France. The next moment he was in Germnay, then in Russia: in China next, and away then to Japan: and lo ! He was in America: and now in England, and now back to France. And sure enough as he approached each country, he met at each station, the representatives of that particular nationality! This was another puzzle! No. 19 did not wish to venture any further. He was glad to have the assurance he was still in Paris. Another attraction! No. 19 entered. He found himself near the moon:- mind you face to face with the moon not moon as you see her ordinarily, but the moon in all her pristine glory, in gigantic proportions as a multiplied monstrosity. Fancy no 19 being placed cheek by jowl to the moon so that he may freely converse with her No. 19 did indeed feel that he was moonstruck. But luckly for him he did not long remain in that moonstruck position. These strange experience of No. 19 made him pause and think whether, after all, it was safe for him to remain any longer in Paris. He began to doubt weather he was quite sane: but whether sane or not, if subject to similar experiences, he was sure to become insane. Without caring risk his sanity any longer he made up his mind to return at once to London. He ran to Dieppe, jumped across the sea and hastened back to London. He was safe

G. Parameswaran Pillai

സഹായകഗ്രന്ഥങ്ങൾ

1. ജി പി ഒരു ലഘു ജീവചരിത്രം – സി പി രാമകൃഷ്ണപിള്ള എം എ
2. ജി പി സെന്റിനറി സുവനീർ
3. ജി പി പിള്ള മഹാത്മാഗാന്ധിക്ക് മാർഗ്ഗദർശിയായ മലയാളി – മല
   യിൻകീഴ് ഗോപാലകൃഷ്ണൻ.
4. നായർ മേധാവിത്വത്തിന്റെ പതനം – റോബിൻ ജെഫ്രി
5. ദ ട്രാവൻകൂർ സ്റ്റേറ്റ് മാനുവൽ വോള്യം 2 – ടി കെ വേലുപ്പിള്ള.
6. ദി ട്രാവൻകൂർ സ്റ്റേറ്റ് മാനുവൽ – വി നാഗമയ്യ
7. സർവ്വാധികാര്യക്കാർ പി ഗോവിന്ദപ്പിള്ള – പി ദാമോദരൻ നായർ
8. ഏടുകൾ – വിദ്യാഭ്യാസ ഡെപ്യൂട്ടി ഡയറക്ടർ, തിരുവനന്തപുരം.
9. സ്വദേശാഭിമാനി കെ ഭാസ്കരപ്പിള്ള.
10. സാമൂഹ്യ നവോത്ഥാനം 19-ാം നൂറ്റാണ്ടിലെ കേരളത്തിൽ – ദലിത്
    ബന്ധു എൻ കെ ജോസ്
11. ചില മെമ്മോറിയലുകൾ – ദലിത് ബന്ധു എൻ കെ ജോസ്
12. ഡോ. പല്പു – വേലായുധൻ പണിക്കശ്ശേരി
13. എന്റെ ജീവിത സ്മരണകൾ – മന്നത്തു പത്മനാഭൻ
14. ഡോ. പല്പു – സി കെ ഗംഗാധരൻ, സൈൻ ബുക്സ്, തിരുവനന്ത
    പുരം.
15. ജീവിതസമരം – സി കേശവൻ ഡി സി ബുക്സ്
16. നാരായണഗുരുസ്വാമി – പ്രൊഫ. എം കെ സാനു
17. How India Wrought For Freedom by Annie Besant, Publisher:
    Theosophical Publishing House, Adayar, Madras.
18. കോൺഗ്രസിന്റെ 100 വർഷം മന്മഥ് നാഥ് ഗുപ്ത പരിഭാഷ – പി കെ
    പി കർത്താ, പ്രസാധകർ: ഡി സി ബുക്സ്.
19. കോൺഗ്രസും കേരളവും, എ കെ പിള്ള, പ്രസാധകർ: പ്രഭാതം

പ്രിന്റിങ് ആന്റ് പബ്ലിഷിങ് കമ്പനി ലിമിറ്റഡ്, തിരുവനന്തപുരം.

20. ഭാരത ബ്രഹച്ചരിതം, ആർ സി മജുംദാർ, പ്രസാധകർ: കേരള ഭാഷാ ഇൻസ്റ്റിറ്റ്യൂട്ട്, വിവർത്തനം തായാട്ട് ശങ്കരൻ.

21. ആധുനിക ബ്രിട്ടന്റെ ചരിത്രം, പ്രൊഫ. കുഞ്ഞിപ്പക്കി, പ്രൊഫ. പി കെ മുഹമ്മദ് അലി, പ്രസാധകർ: കേരള ഭാഷാ ഇൻസ്റ്റിറ്റ്യൂട്ട്

22. ശിപായി ലഹള ഒരു ദലിത് മുന്നേറ്റം: ദളിത് ബന്ധു എൻ കെ ജോസ്.

23. Auto biography of Sir C Sankaran Nair

24. ഇന്ത്യൻ നാഷണൽ കോൺഗ്രസ്: മൊയ്യാരത്ത് ശങ്കരൻ.

25. കേരളപ്പഴമ, ഹെർമ്മൻ ഗുണ്ടർട്ട്,

26. 1857 ലെ ഇന്ത്യൻ ലഹള – റവ. എ എ പൈലി

27. 1857 വിപ്ലവത്തിന്റെ ദൃക്സാക്ഷിവിവരണം – വിഷ്ണുഭട്ട് ഗോഡ്സെ.

28. An 2Autobiography or The Story Of My Experiments With Truth. M K Gandhi - Translated by Mahadeva Desai

29. Sathyagraha in South Africa by M K Gandhi.

30. നെഹ്റു മെമ്മോറിയൽ ലൈബ്രറിയിൽ (ഡൽഹി) സൂക്ഷിച്ചിട്ടുള്ള മദ്രാസ് സ്റ്റാൻഡാർഡ് പത്രത്തിന്റെ കോപ്പികൾ.

31. ലണ്ടനും പാരീസും പരിഭാഷ സി പി ശങ്കുണ്ണി മേനോൻ.

32. നസ്രാണി കേസരി അക്കര കുര്യൻ റൈറ്റർ ഫാ. ഡോ. ജോസഫ് ചീരൻ സി ചെറിയാൻ

33. കേരള ചരിത്രം – വോല്യം ഒന്ന് – കേരള ഹിസ്റ്ററി അസോസിയേ ഷൻ

34. കേരള നവോത്ഥാനം – പി ഗോവിന്ദപ്പിള്ള ചിന്ത പബ്ലിഷേഴ്സ്

35. ദീപിക പത്രം

36. കൗസ്തുഭം മാസിക.

37. കേരളവും സ്വാതന്ത്ര്യ സമരവും– പ്രൊഫ.എ ശ്രീധരമേനോൻ

38. ആനിബസന്റ് – സി പി രാമസ്വാമി അയ്യർ

39. കേരള പത്രപ്രവർത്തനത്തിന്റെ ചരിത്രം – പുതുപ്പള്ളി രാഘവൻ

40. സി വി രാമൻ പിള്ള, പി കെ പരമേശ്വരൻ നായർ, പ്രസാധകർ: സാഹിത്യപ്രവർത്തക സഹകരണ സംഘം കോട്ടയം.

41. എ കെ പിള്ള – ആദർശങ്ങളുടെ രക്തസാക്ഷി എ. രാധാകൃഷ്ണൻ പ്രസാധകർ: കേരള പ്രസ് അക്കാദമി, കാക്കനാട്, കൊച്ചി

42. നെഹ്റു മെമ്മോറിയൽ ലൈബ്രറിയിൽ സൂക്ഷിച്ചിട്ടുള്ള രേഖകൾ.

43. എൻസൈക്ലോപീഡിയ ഓഫ് ദ ഇന്ത്യൻ ബയോഗ്രഫി

44. നവഭാരതശില്പികൾ: കെ പി കേശവമേനോൻ

45. നായർസമുദായത്തിന്റെ ഇതിഹാസം – പട്ടം ജി രാമചന്ദ്രൻ നായർ

46. തെരവത്ത് മാധവൻ നായർ – തോമസ് പോൾ.

47. വ്യാഴവട്ടസ്മരണകൾ – ബി കല്യാണിയമ്മ

48. Evolution of Mrs. Besant by T M Nair, MD., Publisher: Justice Printing works, Madras

49. Many Worlds Revisited - K P S Menon

50. സ്വാതന്ത്ര്യസമരസേനാനികൾ – പ്രസാധകൻ പി എം നായർ

51. കണ്ടത്തിൽ വറുഗീസ് മാപ്പിളയുടെ മുഖ പ്രസംഗങ്ങൾ.

52. ബാരിസ്റ്റർ ജോർജ് ജോസഫ് കഥയും കാലവും. ജോർജ് വർഗ്ഗീസ് ജോസഫ്.

53. പത്രപ്രവർത്തനത്തിലെ പാഠങ്ങൾ – പോത്തൻ ജോസഫിന്റെ കഥ ടി ജെ എസ് ജോർജ്

54. പട്ടം താണുപിള്ള അജയ്യനായ ജനനായകൻ – രാജീവ് ഗോപാല കൃഷ്ണൻ.

55. ജീവിത സമരം – സി കേശവൻ.

56. ടി എം വർഗ്ഗീസ് – ഇ എം കോവൂർ

57. No Elephants for The Maharaja - Louise Ouwerkerk

58. Trivandrum Daily News.